ஐ. கிருத்திகா, திருவாரூர் மாவட்டம் மணக்கால் அய்யம்பேட்டையில் பிறந்தவர். கடந்த இருபது வருடங்களாக கதைகள் எழுதி வருகிறார். இவரது கதைகள் பல்வேறு அச்சு (கணையாழி, கலைமகள், கதைசொல்லி, காலச்சுவடு, கனவு, கல்கி, காமதேனு, சங்கு, தீராநதி, ஓம்சக்தி, திணை, புதிய பாணன், வலம், நெருஞ்சி, பேசும் புதிய சக்தி, மங்கையர்மலர், தாமரை, வாரமலர், தினமணிக்கதிர், உயிரெழுத்து, நவீன விருட்சம், நிலவெளி) மற்றும் இணைய (கனலி, காற்றுவெளி, பதாகை, சொல்வனம், நடு, அகழ், ஆவநாழி, வாசகசாலை, புதிய மனிதன்) இதழ்களிலும் வெளிவந்துள்ளன. தற்போது திருச்சியில் வசிக்கிறார்.

சமர்ப்பணம்

என்னை எப்போதும் ஊக்கப்படுத்திக் கொண்டிருக்கும் எனது
அம்மாவுக்கும், அப்பாவுக்கும்

நாய்சார்

ஐ. கிருத்திகா

எதிர்
வெளியீடு

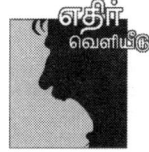

நாய்சார்
சிறுகதைகள்
ஐ. கிருத்திகா

முதல் பதிப்பு: பிப்ரவரி 2021
எதிர் வெளியீடு,
96, நியூ ஸ்கீம் ரோடு, பொள்ளாச்சி – 642 002.
தொலைபேசி: 04259 – 226012, 99425 11302.

விலை: ரூ. 140

NaaiSir
Short Stories
I. Kiruthiga

First Edition: February 2021

Published by
Ethir Veliyeedu, 96, New Scheme Road. Pollachi – 2.
email: ethirveliyedu@gmail.com
www.ethirveliyedu.in

ISBN: 978-93-90811-06-9

Printed at Jothy Enterprises, Chennai.
Cover Design: Jeevamani

Copyright © I. Kiruthiga

All rights reserved. No part of this book may be reprinted or reproduced or utilised in any form or by any electronic, mechanical or other means, now known or hereafter invented, including Photocopying and recording, or in any information storage or retrieval system, without permission in writing from the Publisher.

என்னுரை

முற்றத்தில், கூடத்தில், தாழ்வாரத்தில், திண்ணையில் விளைந்தவை என் கதைகள். தற்போது பால்கனி வசம். கல்லூரி முடித்ததும் விளையாட்டாக எழுத ஆரம்பித்தேன். இந்த இருபது வருடங்களில் எழுத்து ஓரளவு வசப்பட்டிருக்கிறது என்று தைரியமாகச் சொல்லிக் கொள்ளமுடியும். திருவாரூரில் பிறந்ததால்தானே என்று, கேட்பவர்கள் சொல்லிச் சிரிக்கிறார்கள். இருக்கலாம். அதில் பெருமையும்கூட.

வாசிப்பு பழக்கம் சிறிய வயதிலேயே ஏற்பட்டுவிட்டது. கோகுலம் தொடங்கி எந்தப் புத்தகம் கிடைத்தாலும் பரபரவென்று வாசிப்பேன். அதுதான் என்னைக் கைப்பிடித்து எழுத்துக்கு மடைமாற்றி விட்டிருக்கிறது. இன்னொன்றும் சொல்லவேண்டும், என் அப்பா நிறையக் கதைகள் சொல்லுவார்கள். அவர்களிடம் ஆர்வமாய்க் கதை கேட்கும் பழக்கமிருந்தது. அதுவும் காரணமாயிருக்கலாம்.

என்னுடன் பழகும் மனிதர்கள் எளிமையானவர்கள். சிடுக்குகள் நிறைந்த வாழ்க்கை அவர்களுடையது. என் பேனாவின் மசியை அவர்கள் இஷ்டமாய் நிரப்பித் தருகிறார்கள். அதில் உருவான கதைகள் அவர்களைப் போன்றே எளிமையானவை.

பெரிதாய் சொத்து சேர்க்க அவர்கள் முனைவதில்லை. பருப்பு, புளி, மிளகாய்க்கே போராடவேண்டியுள்ளது. தீபாவளிக்குப் புதுத்துணியை மாதத்தவணை திட்டத்தில் வாங்கி உடுத்திக்கொள்ளும் எம்மக்களின் முகத்தில் பூக்கும் மகிழ்ச்சியையும், பெரும் அவதிக்குள்ளாகும் அவர்களின் சோகம் இழையோடும் வாழ்க்கையையும் எழுதவே எனக்கு மிக விருப்பமாக உள்ளது.

கதைகளை ஆசுவாசத் திண்ணைகள் என்பேன். பாதசாரிகளுக்குத் திண்ணைகள் தேவை. ஆசுவாசமாய் அமர்ந்து கொள்ளவோ, ஒரே நீட்டாய் நீட்டி விட்டுக் கொள்ளவோ திண்ணைகள் அவ்வளவு இதம்.

வாழ்க்கையில் அயர்ச்சியுண்டாகும் தருணங்களில் லைப்ரரிக்கு ஓட விழைகிறது மனம். இந்த மூச்சுமுட்டும் வாழ்க்கையில் சோர்வை உணரும் சமயங்கள் அநேகம். அம்மாதிரி நேரங்களில், தாயிடம் தாவும் குழந்தை போல் மனசு ஒரு கதையை நோக்கித் தாவுகிறது. வாசிக்கும் கதையில் வசமாகிப் போகிறது.

என்னவோ, உள்ளங்கையில் ஒரு சிட்டுக்குருவி வந்தமர்வது போல, பட்டாம்பூச்சியின் வண்ணம் விரல்களில் அப்பிக்கொள்வது போல அது பெருத்த சந்தோஷத்தைத் தந்துவிட்டுப்போகிறது.

ஒரு யுகாந்திரத்துக்கான சந்தோஷம் அது. எண்ணி, எண்ணி மாயவும், சொல்லி, சொல்லி தீர்க்கவும் முடியாததுமாக நாட்கள் கழிகின்றன.

ஏதோ, கதையோ, கவிதையோ எழுதுறியாமே என்று சிலர் கேட்கின்றனர். அவர்களிடம் இம் என்று தலையசைக்கக்கூட விரும்ப மாட்டேனென்கிறது மனசு. புன்னகைத்து விடைபெற ஆவலாதியாயிருக்கிறது.

கண்டதையும், கேட்டதையும் சரிநுட்பமாக வாசிக்கத் தருவது எனக்கு விருப்பமான ஒன்று. அதை முயற்சி செய்கிறேன். திருவாரூரை அடுத்த திருப்பெருவேளூர் என்கிற மணக்கால் அய்யம்பேட்டை என் சொந்த ஊர்.

எங்கள் வீட்டுக்கு அருகாமையில் வயல்வெளிகள் உள்ளன. குளமுள்ளது, அரசமர பிள்ளையார், பாடல் பெற்ற சிவன் கோவிலுள்ளது. குளத்தில் குளித்து, போர் ஷெட்டில் கும்மாளமடித்து, வயலில் பயத்தங்காய் பறித்துத் தின்று நாட்கள் சொர்க்கமாய் கழிந்தன.

எங்களூர் டூரிங் டாக்கீஸில் அறுபது காசுகள் கொடுத்து மணலில் அமர்ந்து சினிமா பார்த்திருக்கிறேன். அந்த ஞாபகங்களை மனதில் தேக்கி வைத்திருக்கிறேன். அவைகளும் கதைகளாகப்

பிறக்கின்றன. செழிப்பான ஞாபகங்கள் அவை. கதைகள் எழுதும்போது ஆல்பத்தைப் புரட்டிப் பார்ப்பது போன்ற சந்தோஷம் உண்டாகிறது.

இத்தொகுப்பிலுள்ள பத்து சிறுகதைகளிலும் சாமானியர்களே கதை மாந்தர்கள். கதைகளைப் படிக்கும் பொழுது ஒரு துளி வாஞ்சை அவர்கள்மேல் உண்டானால் அதுவே என் கதைகளுக்குக் கிடைத்த அங்கீகாரமாகக் கருதிக் கொள்வேன்.

முதல் சிறுகதைத் தொகுப்பு தேநீர் பதிப்பகம் வெளியிட்டது. இது இரண்டாவது. இதனை சிறப்பாக வெளியிட்டிருக்கும் எதிர் வெளியீடு பதிப்பகத்துக்கு என் நெஞ்சார்ந்த நன்றிகள். அத்தோடு என் குடும்பத்தினருக்கும் நன்றி தெரிவித்துக் கொள்கிறேன்.

என் குடும்பமென்பது கணவர், குழந்தைகள் மட்டுமல்ல. என் உறவினர்கள் அனைவருமே. அதிர்ஷ்டவசமாக அவர்களனைவரும் வாசிப்பை விரும்புகிறவர்களாக இருக்கிறார்கள். அதுதான் என்னை இவ்வவளவு தூரம் எழுத வைத்திருக்கிறது.

தவிரவும் என் தோழிகளுக்கும் தோழர்களுக்கும் நன்றி கூறிக்கொள்கிறேன். அவர்களும் என்னை உற்சாகப்படுத்துகிறார்கள். கதைகளைப் படித்துவிட்டு விமர்சிக்கிறார்கள். இத்தனைபேரின் ஆதரவின்றி என்னால் எழுதிவிடமுடியாது. அனைவருக்கும் என் பணிவான நன்றிகள்.

கதைகள்

கவுரதை | 11

நாய்சார் | 23

தவம் | 35

ஒருநாள் கூத்து | 46

விமோசனம் | 56

பிரியம் | 63

இயற்கை | 77

மெத்த | 86

வாழ்வெனும் பெருந்துயரம் | 96

வாசம் | 107

கவுரதை

நிலவு வண்ணார் வெளுத்த வேட்டிபோல் பாலொழுக மிதந்தது. ஆந்தை அலறிய அந்த நட்டநடுநிசிப்பொழுதில் கருப்பண்ணசாமி கண்கள் ஒளிர அமர்ந்திருந்தார். இரவுக்காவல் அவர் பொறுப்பு.

ஊர் எல்லையில் வடக்குப்புறமாக அமர்ந்து ஊரைக் காக்க அவர் தலையில் எழுதியிருந்தது. பகலில் பிதுங்கிய நிலையில் காட்சி தரும் அவருடைய கருவிழிகள் இரவில் பச்சை நிறத்தில் ஒளிரும்.

"நா முளிச்சு கெடக்குறப்ப நீரும் முளிச்சுதான் கெடக்கணும் ஓய்" என்று அவர் குதிரைக்கு கட்டளையிட்டிருந்தார். அது ஒருமுறை சத்தமாக கனைத்து அடங்கியது.

"நடுராத்திரியில எதுக்கு ஓய் இப்புடி கனைக்கிறீரு. பச்சப்புள்ளைவோ பயத்துல அலறி காய்ச்ச கண்டு கஸ்டப்படவா..."

கருப்பு, குதிரையை ஒரு வெருட்டு வெருட்டினார். அது உக்கும் என்றது.

"ஊரக் காக்க ஒமக்கு தலவிதி. என்னையும் சேத்து வாட்டுறீரே..."

மனதுக்குள் முணுமுணுத்துக்கொண்டாலும் அதற்கு கருப்பண்ணசாமி என்றால் அப்படியொரு விசுவாசம்.

அவர் காற்சலங்கை சப்திக்க அதன்மேல் ஏறி அமர்ந்துவிட்டால் அதற்கு புல்லரிக்கும்.

இரவில் ஊர்வலம் வர அவர் வேட்டியை தார்பாய்ச்சி கட்டிக்கொண்டு கிளம்பிவிடுவார். வெக்கையும், குளிரும் அவருக்குப் பொருட்டில்லை. கண்ணில் விளக்கெண்ணெய் விட்டுக்கொண்டது போல் நோட்டமிடுவார். ஓரிரு நாட்கள் ஊர்வலம் போகாமல் உட்கார்ந்தவாக்கில் காவல் காப்பதும் உண்டு.

அவர் இரவுக் காவலுக்குச் செல்லும்போது தன் வருகையை உணர்த்துவதற்காக கால்களை வேகமாக அசைப்பார். குளம்படி சத்தமும், சலங்கை சத்தமும் கேட்டதாக யாராவது சொல்லக் கேட்டால் அவருக்கு ஆனந்தமாகிவிடும்.

"கருப்புகிட்ட ஒரு பொறுப்ப குடுத்தா நிமிசமா செஞ்சிடும். அதனாலதான் எம்பாட்டன் ஊரக் காக்க அவன நியமிச்சாரு."

இருளாண்டி சத்தமாக சொன்னதைக் கேட்டு கருப்பு தனக்குள் சிரித்துக்கொண்டார்.

"ஒரு முப்பது, நாப்பது வருசத்துக்கு மின்னாடி இருளாண்டியோட தாத்தா வந்து எம்முன்னாடி நின்னு வெசனப்பட்டாரு..."

கருப்பு ஆரம்பிக்க,

"அவருக்கு என்னாச்சாம்...?" என்றது குதிரை.

அப்போது அதுவும் அங்குதான் நின்றிருந்தது. அது கருப்புக்குத் தெரியும்.

இருந்தும் குதிரை அப்படி கேட்பது அவருக்குப் பிடிக்கும். அந்தக் கதையை நீட்டி முழக்கி சொல்ல அவர் ஆரம்பித்தால் நேரம் போவதே தெரியாது.

அந்நேரம் அவர் முகம் பெருமையில் பிரகாசிக்கும். கண்கள் ஏகத்துக்கு விரியும். குதிரைக்கு, அவரை அப்படி காணப் பிடிக்கும். அதனாலேயே முதன்முறை கேட்பது போல் கேட்கும்.

“ஊருக்குள்ள திருட்டுப்பய பொளக்கம் அதிகமாயிருச்சி. பகல்ல திருடுனா கண்டுபிடிச்சிருவம்னு ராத்திரியில இருட்டு அப்புன நேரத்துல முக்காட்ட போட்டுக்கிட்டு சம்சாரிக வூட்டு ஆடு, கோளிய திருடிக்கிட்டு போறதுக்காவ ஒரு கூட்டம் கெளம்பியிருக்கு. நல்லா கண்ணசர்ற சாமத்துல கையில கெடச்சத அவனுவோ பத்திக்கிட்டு போயிடுறானுவோ. அவனுங்கள நீதான் கேக்கணும் சாமின்னு தொரசாமி ஒரு கடிதத்த எளுதி எங்கையில கட்டிட்டுப் போனாரு. அன்னியிலேருந்து நான், என் வேலைய ஆரமிச்சிட்டேன்.”

“அதுக்கு மின்னாடி தூங்கிட்டிருந்தீராக்கும்.”

“ஓமக்கு வாய் அதிகம் ஓய். வெறும் செலைக்கு ஏது பவரு... மனுசன் கும்புட கும்புடத்தான் மெருகேறிப்போவுது. நானும் செலைதான... கையில கட்டுன கடுதாசு காத்துல படபடத்து என்னைய உசுப்பி வுட்ருச்சு. அன்னிக்கி என் வேல இதுதான்னு புரிஞ்சி காவக் காக்க ஆரமிச்சேன். அதுலருந்து ஊர்க்காரங்க நிம்மதிக்கு நாந்தான் ஜவாப்தாரின்னு ஆயிப்போச்சி.”

குதிரை எதுவும் பேசவில்லை. பாதி உதிர்ந்து காய்ந்திருந்த மாலை கழுத்தில் தொங்கி ஆடியது. அதைப் பார்த்துக்கொண்டிருந்தது. கருப்பண்ணசாமியும் அமைதியானார். நிலவை மேகங்கள் மறைத்து விலகின. வயக்காட்டில் நரிகள் ஊளையிட்டது மெலிதாக கேட்டது.

காற்றில் மலவாடை வீசிற்று. கருப்பு முகம் சுருக்கினார். வெட்டவெளியில் உச்சிவெயிலில் சூட்டுக் கொதிப்போடு அமர்ந்திருப்பதையோ, அல்லது மார்கழியில் குத்தூசி கணக்காய் குத்தும் குளிரில் உறைந்து கிடப்பதையோ அவர் பெரிதாக எண்ணுவதில்லை.

அரைக்கிலோமீட்டருக்கு பின்புறமிருந்த மலக்காட்டின் வாடைதான் அவரை இம்சித்தது. கருவேலங்காட்டை ஊர்மக்கள் மொத்தமாய் குத்தகையெடுத்து வயிற்று உபாதையைத் தணித்துக்கொண்டதில் அவருக்கு ரொம்ப வருத்தம்.

“சுட்டக் கத்திரிக்கா கணக்கா மூஞ்ச வச்சிக்கிட்டா யாரு பாக்குறது...”

குதிரை மெலிதாக முனகியது கருப்பு காதில் விழுந்துவிட்டது.

“ஒமக்கு பின்னாடியும் கண்ணிருக்குடே. இல்லாங்காட்டி நான் சொணங்கிக் குந்தியிருக்குறது ஒமக்கெப்புடி தெரியும்...” என்ற கருப்பு கொட்டாவி விட்டார்.

அவருக்கு குதிரைமேல் அபார பிரியமுண்டு. வெள்ளை தேகத்தை அது சிலிர்த்துக்கொண்டு முன்னிரண்டு கால்களை உயர்த்தி மடித்து பெரிதாய் கனைக்கும்போது அவர் நெக்குருகிப் போய்விடுவார். குளம்பொலியும், சலங்கைச் சத்தமும் அர்த்தசாமத்தில் உலாவிடும் அவர்களை, தூக்கம் வராமல் புரள்பவர்களுக்குக் காட்டிக்கொடுத்தாலும் எவரும் எழுந்து வெளியே வந்து பார்த்ததில்லை.

பயத்தில், முட்டிக்கொண்டு வரும் சிறுநீரை அடக்கியபடி படுத்துக்கிடப்பர். இரவில்தான் பயமெல்லாம். பகலில் அது காணாமல் போய்விடும். ஒருமுறை கருப்பு, இருளாண்டியின் மேல் இறங்கி மலக்காட்டை இனி ஒருவரும் உபயோகிக்கக்கூடாது என்று ஆட்டம் போட்டார்.

ஆடி வெள்ளிக்கிழமை சாம்பிராணி வாசத்தில் இருளாண்டி முறுக்கேறி, நாக்கைத் துருத்தி, கண்களை உருட்டி விழித்து புஸ், புஸ்ஸென்று மூச்சுவிட்டு கூச்சலிட்டார்.

“ஒக்கார முடியலடே. நாத்தம் புடுங்கி எடுக்குது. இஞ்ச ஒக்காந்து ஊரக் காவக் காக்கணுமுன்னா இனி ஒரு பய காட்டுல இருக்க கூடாது. சம்மதஞ்சொல்லி ஒவ்வொருத்தரா வந்து சூடத்த அணைச்சி சத்தியம் பண்ணுங்கடே. இல்லாட்டி நான் கெளம்பிருவேன், சொல்லிப்புட்டேன்.”

கூட்டம் அமைதியாயிருந்தது. குதிரைக்கு சிரிப்பு வந்துவிட்டது. உத்திராபதி தைரியமாய் முன்னே வந்தான்.

“எங்களுக்கு அதவுட்டா வேற எடம் கெடையாது. ஐயாமாருங்கமாரி கொல்லக்கடசீல கக்கூசு கட்டி வச்சிக்கிட எங்களுக்கு வசதியில்ல. நாங்க இஞ்சதான் இருப்போம். நீதான் அஜஸ் பண்ணிக்கணும்.”

சத்தமாக சொல்லிவிட்டு துண்டை உதறி தோளில் போட்டுக்கொண்டு நகர்ந்து நின்றான். கூட்டம் அதை ஆமோதிப்பதுபோல் மௌனம் காத்தது. இருளாண்டி நெஞ்சை நிமிர்த்தி குதிகால்களை உயர்த்தி அடுத்த ஆட்டத்துக்குத்

தயாராக, இருவர் வேகமாக வந்து அவரை இறுக்கிப்பிடித்து முகத்தில் திருநீறை வீசி சாமியை மலையேத்தினர்.

"அன்னிக்கி நீரு போட்ட ஆட்டத்துக்கு ஒரு பய மசியல. அவனவன் கஸ்டம் அவனவனுக்கு" என்ற குதிரை அவசரமாக கேட்டது.

"இன்னிக்கி ஏன் சமஞ்சி போயி ஒக்காந்துட்டீரு. ஊர்வலம் போவலியா... மணி ரெண்டாவுதே..."

"ஒரு ரோசன உள்ளார ஓடிக்கிட்டிருக்கு. அத ரோசிச்சிக்கிட்டே அப்புடியே ஒக்காந்துட்டேன்."

"அதென்னா ரோசன... காத்தாயி சமாச்சாரமா...?"

"ஒமக்கு எம்மனசுல ஓடுற அம்புட்டும் தெரியும். ஆனா தெரியாதமாரி நாடகமாடுவீரு."

கருப்பு குஷியாக இருந்தால் வாடே, போடே என்பார். மற்ற நேரங்களில் போறீரு, வாரீரு என்று தாவிவிடுவார். குதிரைக்கென்னவோ அவர் மரியாதையின்றி விளிப்பதுதான் பிடிக்கும்.

காத்தாயி இரண்டு நாட்களுக்கு முன்பு வந்து ஒரு பாட்டம் அழுது தீர்த்துவிட்டு போய்விட்டாள். அவள் புருசன் புதிதாக ஒருத்தியை சேர்த்துக்கொண்டு கும்மாளமடிக்கிறானாம்.

"வூட்ட, புள்ளக்குட்டிங்கள மறந்துட்டு பொளுதுக்கும் அவ குடியிலயே கெடக்கான். அவ தளுக்கி, மினுக்கி அந்தாள மயக்கி வச்சிருக்கா. நீதான் இதுக்கொரு ஞாயம் சொல்லணும்."

"ஞாயம் காத்தாயி பக்கமிருக்கறச்ச எதுக்கு ரோசிக்கணும்... அந்தப் பயலுக்கு இந்த வயசுல இன்னூரு பொம்பள கேக்குதா... அவன இளுத்து போட்டு நாளு மிதி மிதிக்கணும் போலருக்கு."

குதிரை படபடத்தது. கருப்பு முரட்டு மீசையைத் தடவி விட்டுக்கொண்டார். ஆடு, கோழி காணுமென்று முறையிட்டிருக்கிறார்கள். வேலிக்காலை நகர்த்தி நட்டு விட்டார்கள் என்று பிராது கொடுத்திருக்கிறார்கள். மரக்கால் தொலைந்து விட்டதென்று படி கட்டியிருக்கிறார்கள்.

இப்போதுதான் முதன்முறையாக கணவன் மேல் புகார் வந்திருக்கிறது. கருப்பின் இடது கையில் இரண்டு சீட்டுகள் தொங்கிக்கொண்டிருக்கின்றன. பிராது வந்தவுடன் அதை தீர்த்து வைத்துவிட கருப்பு தயாராகிவிடுவார்.

"கருப்பு துடியான தெய்வம். அது காதுல விசயத்த போட்டுட்டோம்னா கவலையில்லாம இருக்கலாம்" என்பார்கள்.

ஆழ்ந்த உறக்கத்தில் அகவெளியில் விரியும் கனவுக்குள் புகுந்து தவறு செய்தவனை கருப்பு விரட்டுவார். நெஞ்சில் ஏறி அமர்ந்துகொண்டு பாறாங்கல்லாய் கனப்பார். சலங்கை கட்டிய கால்களால் தொம், தொம்மென்று மிதிப்பார்.

கனவு கண்டவன் அலறியடித்துக்கொண்டு எழுந்தமர்வான். மறுநாள் விடிந்ததும், விடியாததுமாக கோயிலுக்கு ஓடிவந்து செய்த தவறை ஒப்புக்கொண்டு கதறுவான். பிரச்சனை முடிந்துவிடும்.

"அன்னின்னிய பிரச்சனைய அன்னின்னிக்கி தீத்துடணும்னு சொல்லுவீரே. இப்ப என்னாச்சி...?"

"காத்தாயி விசயத்த மனசுல போட்டு வருத்திக்கிட்டேயிருந்ததுல மத்ததெல்லாம் தங்கிப்போச்சி. ரெண்டு நாளைக்குள்ள எல்லா பிரச்சனையையும் தீத்துவுட்டுடணும்."

கருப்பு சுய சமாதானம் செய்து கொண்டார். கிழக்கு வெளுக்கத் தொடங்கியது. அன்று படையல் விருந்து நடக்கவிருந்தது. காளிமுத்து ஆசாரி வீட்டில் கலியாணம். கலியாணத்துக்கு முன்பு கருப்புக்கு படையல் போடுவது அவர் வீட்டு வழக்கம்.

தலைவாழை இலை விரித்து நடுவாந்திரமாக மூன்று படி சோறு குவித்து சுற்றிலும் ஆடு, கோழி வகையறாக்களை பக்குவமாக சமைத்து பரப்பி வைப்பார்கள். சூடான கறிக்குழம்பை சோற்றின் மேல் பதமாக, பவ்வியமாக ஊற்றுவார்கள்.

அதிலிருந்து எழும் ஆவி கருப்பின் நாசியை நெருடும். டவுனிலிருந்து வாங்கிவந்த ரோசாப்பூ மாலையை அவருக்கு சாத்தி, அரிவாளுக்கு சந்தனம், குங்குமம் வைத்து சாம்பிராணி போட்டு, தேங்காய் உடைத்து, நீர் விளாவி, சூடம்

காட்டுவார்கள். கருப்பு அன்று ஒரு கட்டு கட்டிவிடுவார். அன்றும் படையல் தடபுடலாக நடந்து முடிந்தது.

குழம்பும், சோறும், கூட்டும், கறியும் பிரமாதமாயிருந்தது. கருப்பு மனம் குளிர்ந்து போயிருந்தார். சோறு சமைத்த காளிமுத்து ஆசாரியின் மனைவி பயபக்தியோடு கண்கள் மூடி நின்றிருந்தாள். அவளைப் பார்த்த கருப்புக்கு கையெடுத்து கும்பிட வேண்டும் போலிருந்தது.

ருசியாய் சமைக்க பெண்களுக்கு எங்கிருந்து வாய்த்தது என்று அவர் அடிக்கடி நினைத்துக்கொள்வார். அளவான உப்பு, காரம் போட்டு சமைத்து படையலிடும் ஊராருக்கு, தான் நன்றிக்கடன் பட்டிருப்பதாய் அவருக்குத் தோன்றும்.

"கலியாணம் நல்லபடியா நடக்கணும் சாமி. நீ வந்து அருமையா நடத்திக் குடுக்கணும்."

காளிமுத்து ஆசாரி தலைக்கு மேலே கைகளை உயர்த்தி கும்பிட்டார். கருப்பு பாதத்தில் பத்திரிகை படபடத்தது.

"மொத பத்திரிக்க ஒனக்குதான் வச்சிருக்கோம்ப்பா. ஒரு கொறையுமில்லாம கலியாணம் சிறப்பா நடக்கணும்."

ஆசாரி மனைவி காலில் விழுந்தாள். தாய் தன் காலில் விழுவது போல கருப்பு பதறிப் போனார். காற்றில் கறிக்குழம்பு, ரோசாப்பூ, சாம்பிராணியின் கலவையான மணம் வீசிற்று. குதிரை உர்ரென்று நின்றிருந்தது. அதன் முன் ஏடு கிழித்துப்போடப்பட்டு கொஞ்சம் சோறும், மேலே ஒரு கரண்டிக் குழம்பும் ஊற்றப்பட்டிருந்தது. பக்கத்தில் ஒரேயொரு கறித்துண்டு கிடந்தது.

"இதெல்லாம் எப்பவும் நடக்குறதுதான... இதுக்கா மூஞ்சிய தூக்கி வச்சிக்கிட்டு நிக்கிறீரு..."

கருப்பு சமாதானப்படுத்தும் நோக்கில் கூறினார்.

"ஓராள் ஒசர எலை போட்டு ஒமக்கு பரிமாறுனவுங்க எனக்கு கையில கெடச்ச கிளிசல போட்டு பேருக்கு சோத்தையள்ளி வச்சிருக்காங்க. அட, அதவுடும். களுத்துல கெடக்குற மாலையப்

பாரும். ஒமக்கு ரோசாப்பூ மாலை, எனக்கு அரளிமாலை. கோவம் வருமா, வராதா…?"

"ஞாயந்தான். பாரபச்சம் பாக்குறது மனுசரோட கூடப் பொறந்தது. சரி, சரி கோச்சிக்காதடே. ஒருநா யார் மேலயாவது எறங்கி ஒரு ஏறு ஏர்றேன். அப்பதான் பய புள்ளைங்களுக்கு புத்தி வரும்."

"நீரு என்னா ஏறு ஏறினாலும் அவுங்க திருந்தப்போறதில்ல. பளக்கத்த மாத்திக்கமுடியாதுன்னு சொல்லிட்டு போயிட்டேயிருப்பாங்க. நாந்தான் எம்மனச மாத்திக்கிடணும்."

குதிரை பெருமூச்சு விட்டது. கருப்புக்கு என்னவோ போலாகிவிட்டது. நல்ல வாளிப்பான குதிரை அது. தன்னுடைய குன்று போன்ற உருவத்தை சுமந்து அது நாலுகால் பாய்ச்சலில் பாயும்போது கருப்புக்கு பறப்பது போலிருக்கும். அதுவும் தனக்கு நிகராக கௌரவிக்கப்படவேண்டுமென்று கருப்பு எண்ணினார்.

அதனுடைய மனக்குறையைப் போக்க ஏதாவது செய்தே ஆகவேண்டுமென்று தோன்றியது.

அமாவாசை இருட்டில் ஊர்வலம் போக அவருக்குப் பிடிக்கும். இருட்டு அப்பிக்கிடக்கும் தெருக்களில் சலங்கை சப்திக்க செல்லும்போது தப்பு செய்தவன் அதிகமாக நடுங்குவான். தூக்கத்திலும் உடல் வெடவெடக்கும். கருப்பு கொடுக்கும் தண்டனையில் காய்ச்சல் கண்டு பிதற்ற ஆரம்பிப்பான். குற்றம் நிரூபிக்கப்பட்டுவிடும்.

கருப்பு காவல் காக்க ஆரம்பித்ததிலிருந்து குற்றங்கள் குறைந்துவிட்டன. அசலூர்க்காரர்கள் ஆடு, கோழி திருட ஊருக்குள் நுழைவது அடியோடு நின்று போயிருந்தாலும் உள்ளூர்க்காரர்களிடையே ஏற்பட்ட பிரச்சனைகளுக்கு பஞ்சமில்லாமல் போனது.

அன்று இரண்டு பிராதுக்கள் வந்திருந்தன. முதலாவது மயிலாம்பா தன் மகன் மேல் கொடுத்த புகார்.

"ஒடம்புல தெம்பில்லாம கெடக்குறேன். எனக்கு இம்மாஞ்சோறு போட மாட்டேங்குறான் சாமி. அவென் பொஞ்சாதியும்

என்னைய சல்லிக்காசுக்கு மதிக்கறதில்ல. இவுங்ககிட்ட சோறு வாங்கித் திங்க ஒடம்பு கூசுது. மனசுக்குதான் மான, ரோசமெல்லாம். வயித்துக்கு அதெல்லாம் கெடையாது. அதனாலதான் இப்புடி கெடந்து அவஸ்தப்படுறேன்."

மயிலாம்பா கருப்பு காலடியில் அமர்ந்து ஓவென்று அழுதாள். கருப்புக்கு மனசு இளகிவிட்டது. சிலர் மனதிலுள்ளதை எழுத்தில் வடித்து படி கட்டிவிட்டுப் போவார்கள். எழுதத் தெரியாத அப்பிராணிகள் தன் சொந்தக்காரனிடம் முறையிடுவதுபோல் முறையிடுவார்கள்.

மயிலாம்பாவின் கதை கேட்டு குதிரை பொங்கிவிட்டது. இரண்டு நாட்களாக தீர்க்கவேண்டிய வேலை எதுவுமில்லாமல் நின்றிருந்தது அதற்கு சலிப்பாயிருந்தது. கருப்பு கையில் கடிதாசிகள் எதுவுமில்லை. காத்தாயி புருசனை தலைதெறிக்க அவன் குடிக்கே ஓட வைத்தாயிற்று. இதில் கருப்புக்கு ஏக ஆனந்தம்.

"எங்கிட்ட வந்த கேசு தோத்துப்போனதா சரித்திரமேயில்ல..." என்று மீசையை முறுக்கிவிட்டுக்கொண்டார். குதிரைக்கு அவரையெண்ணி பெருமிதமாயிருந்தது. அவருக்கு, தான் அமைந்துவிட்ட பொருத்தத்தை நினைத்து புளங்காகிதப்பட்டுக்கொண்டது.

அப்போதுதான் மயிலாம்பா வந்து தன் பிரச்சனையை கொட்டிவிட்டுப் போனாள். கருப்பண்ணசாமி சலங்கை சப்திக்க குதிரையின் மீதேறினார். சலங்கை மணிகளில் ஒன்றுகூட நசுங்கவில்லை. எல்லாம் ஒத்தாற்போல் ஒலியெழுப்பின. அதைக் கட்டிக்கொள்ள அவருக்கு அவ்வளவு பிடிக்கும். உலக்கை போன்ற வலுவான கால்களுக்கு பூண் போட்டது போல சலங்கை அம்சமாய் பொருந்திப்போயிருக்கும்.

"மயிலாம்பா விசயத்த முடிச்சிப்புட்டு செங்கம்மா பிராத கவனிக்கணும்."

"அட ஆமடே... முட்டைய தெனமும் யாரோ களவாண்டுடுறாங்களாம். சந்திரகாசு மேலதான் சந்தேகமா இருக்குன்னு அம்மிணி பிராது குடுத்துருக்கு."

"திருடன் யாருன்னு ஒமக்குதான் தெரியுமே..."

“முட்டைய திருடுறது மொச்சக்கொட்டை. பாவம் சந்திரகாசு. ஒருதடவ இந்த பொம்பளைகிட்ட வாயக்குடுக்கப் போயி அவனுக்கு இப்புடியொரு அவப்பேரு. இருக்கட்டும், இன்னிக்கி இத தீத்துப்புடுறேன்.”

“முட்டையக் காணும், மொளகாயக் காணும்னு பொம்பளைங்களுக்கு பொளுது விடிஞ்சி பொளுது போனா ஒரே பிரச்சனதான். அதக் கொண்டாந்து ஒம்ம காலடியில கொட்டுவாங்க. நீரும் தீத்துவைக்க கௌம்பிடுவீரு. இந்தமாரி சல்லிசான சோலிக்கெல்லாம் சடைச்சிக்கிட்டு கௌம்புறது எனக்கு சுத்தமா புடிக்கல. நமக்குன்னு ஒரு கவுரத இருக்குல்ல...”

“ஆமாமா... பெரிய கவுரத... மலக்காட்டு காவக்காரன்மாரி குத்தவச்சி ஒக்காந்துருக்கோம். இந்த கவுரத போறாதா...”

குதிரை சட்டென வாயை மூடிக்கொண்டது. குதிரைக்கு எப்போதும் பேசிக்கொண்டேயிருக்கவேண்டும். கருப்பிடம் அது சலசலத்தபடியே இருக்கும். அவர் செல்லமாய் அதைக் கடிந்து கொள்ளும்போது இருவருக்குமிடையிலான நெருக்கம் கூடிப்போனது போல அதற்கு தோன்றும்.

பேசாத நேரங்களில் அரிவாள் பிடித்து சிவந்து போன அவருடைய விரல்களைப் பற்றியோ, பிராது கொடுக்க வந்தவர்களின் கண்ணீரைக் கண்டு அவர் இளகிப் போவதைப் பற்றியோ அது எண்ணிக்கொண்டிருக்கும்.

காத்தாயி புருசன் திருந்தி ஒழுக்கமான வாழ்வு வாழ்கிறானென்று ஊரே பேசிக்கொண்டது.

“எல்லாம் கருப்போட மகிம...”

காத்தாயி சொல்லி, சொல்லி பரவசப்பட்டுப்போனாள். கருப்புக்கு படையல் போட்டு தன் நன்றிக்கடனை தீர்த்துக்கொள்ள வேண்டுமென்று உள்ளே ஒரு தீர்மானம் எழுந்தது. உடனே பச்சமுத்து சோசியரிடம் நல்லநாள் பார்க்க சொல்லிவிட்டாள். அவரும் வெள்ளிக்கிழமையை தோதான நாளாக குறித்துக் கொடுத்தார்.

வெள்ளிக்கிழமை கருப்பு கோயில் அமர்க்களப்பட்டது. புல் மண்டிய தரை செதுக்கி சுத்தம் செய்யப்பட்டு தண்ணீர் தெளித்து பெரிதாக கோலம் போடப்பட்டது. ஆடு, கோழி, காடை, கௌதாரி வகையறாக்கள் பதார்த்தங்களாகி வட்டாக்களில் வந்திறங்கின.

உறவுக்காரப் பெண்களுக்கு மத்தியில் காத்தாயி தனியாகத் தெரிந்தாள். அழுத்தமான சிவப்பு நிறத்தில் பச்சைக் கரையிட்ட பாலியஸ்டர் பட்டு கட்டி, பளபளவென்று கற்கள் பதித்த கவரிங் அட்டிகை போட்டிருந்தாள்.

இருளாண்டி பம்பரமாக சுழன்று கொண்டிருந்தார். கோயில் பூசாரி அவர். அவருக்கு நிறைய வேலைகள் இருந்தன அல்லது இருந்ததுபோல் காட்டிக்கொண்டார்.

“மணியாவுது பாருங்க. பொம்பளைங்கள வுட்டா பேசிக்கிட்டேயிருப்பீங்க. எலையப் போட்டு நாலு பொம்பளைங்க வந்து பரிமாறுங்க. சாம்புராணி தயாராச்சா...?”

அவர் அந்தப்பக்கம் குரல் கொடுக்க, கூட்டத்திலிருந்து உய் என்ற சத்தம் கேட்டது. ஆளாளுக்குப் பதறி விலக, காத்தாயி புருசன் முறுக்கிக்கொண்டு பாய்ந்தோடி வந்தான். இலக்கு நோக்கிப் பாயும் அம்பு போல அப்படியொரு பாய்ச்சல். காற்றைக் கிழித்து வந்த அந்த கெச்சலான உருவம் கருப்பு சிலைக்கு முன்பு வந்து பிரேக் அடித்தது போல் நின்றது.

“சாமியோவ்...”

காத்தாயி அவன் காலில் விழுந்தாள்.

“உஸ்...உஸ்...”

அவன் நிற்கமுடியாமல் முன்னும், பின்னுமாக குலுங்கினான். சனம் வாய் பொத்தி நின்றிருந்தது.

“என்னா வேணும் ஒனக்கு... எதுக்கு இப்ப வந்து எறங்கியிருக்க...?”

இருளாண்டி சத்தமாக கேட்க, அவன் உருட்டி விழித்தான். தலையை பம்பரம் போல சுற்றினான். கால்கள் எம்பி, எம்பி குதித்தன.

“அந்தாள இருக்கே பீக்காடு. அதுலருந்து வர்ற நாத்தத்த பொறுத்துக்க சொன்னீங்களேடா...அதுக்கு எனக்கு சம்மதம்டா...”

“சரி, அதுக்கு என்னா இப்ப...?”

“என்னாடா இப்புடி கேக்குற... இந்தூர்ல எனக்குன்னு ஒரு கவுரத இருக்கா, இல்லியா...?”

“சத்தியமா இருக்கு சாமி. நீதான் எங்க ஊரக் காக்குற தெய்வம். ஒன்னைய மதிக்காமலயா படையல் போடுறோம்.”

“அப்புடின்னா மருவாதியா எங்கூட்டாளிக்கும் அதே கவுரதயக் குடுங்கடா. அதுல பாரபச்சம் பாக்கக்கூடாது. பாத்தீங்கன்னா நான் ஊரவுட்டு கௌம்பிருவேன். என்னா, குடுப்பீங்களா...?”

“சத்தியமா குடுக்குறோம்.”

இருளாண்டி தலையாட்டினார்.

“இனிமே நான் அந்த பீக்காட்டப் பத்தி பேசமாட்டேன். அது விசயமா யார்மேலயும் எறங்க மாட்டேன். அதேமாரி நீங்களும் குடுத்த வாக்க காப்பாத்தணும். சூடத்த அணைச்சி சத்தியம் பண்ணுங்க.”

ஒவ்வொருவராய் வந்து சத்தியம் செய்தனர்.

“வர்ற பவுர்ணமிக்குள்ள மிச்சமிருக்க ஊர்க்காரன் அத்தினிபேரும் வந்து சத்தியம் பண்ணணும்.”

இருளாண்டி உரக்க சொல்ல, காத்தாயி புருசன் மயங்கி சரிந்தான். தலைவாழை இலை வெட்ட ஆள் கிளம்பியது. குதிரை பேசாமல் நின்றிருந்தது.

◆◆◆

நாய்சார்

அவர் கையிலிருந்த அந்தச் சங்கிலி அப்படியொன்றும் உறுதியானதாக இல்லை. சங்கிலியோடு இணைக்கப்பட்டிருந்த கழுத்துப்பட்டி அந்த நாயின் கழுத்தை கவ்வியிருந்தது. ஒரு நேரம் அவர் நாயை பிடித்தபடி முன்னே செல்வார். நாய் அவருக்குக் கட்டுப்பட்டு இலகுவாக நடக்கும். அப்பொழுது சங்கிலி தொய்வாக இருக்கும்.

மற்றொரு நேரம் அது அவரை இழுத்துக்கொண்டு செல்லும். அப்போது அவர் நாயின் வேகத்துக்கு ஈடு கொடுக்க முடியாமல் ஓட்டம், நடைக்கு இடைப்பட்ட வேகத்தில் சென்று கொண்டிருப்பார்.

நாய் திடீரென்று நினைத்துக்கொண்டாற்போல நிற்கும். அவரும் அதற்கு அனுமதியளித்து இடுப்பில் கைவைத்து காத்திருப்பார். சில வினாடிகளுக்குப் பிறகு மீண்டும் நடைபயிற்சி ஆரம்பிக்கும். காலை ஆறுமணிக் காட்சி அது.

“ஆறு மணியானா நாய்சார் வாக்கிங் கிளம்பிடுவார். அதை வச்சு மணி ஆறுன்னு தெரிஞ்சிக்கலாம்” என்றாள் பானு.

தெரு L வடிவிலானது தெருக்கோடியில் அவர் வீடு உள்ளது. மூன்று ஆண்டுகளுக்கு முன்பு அவர் அங்கு குடி வந்தார். தெருவுக்கு அடிக்கடி சாமான்கள் ஏற்றிய லாரி வருவதும், தெருவிலிருந்து அதேபோல் சாமான் ஏற்றி டெம்போக்கள் வெளியேறுவதும் வழக்கம்தான்.

யார் வருகிறார்கள், போகிறார்கள் என்று தெரியாத, தெரிந்து கொள்ள ஆர்வப்படாத நடுத்தர வர்க்கத்து சனங்கள் வசிக்கும் நகரத்தின் தெருக்களில் அதுவும் ஒன்று. ஒரு மத்தியான பொழுதில்தான் நாய்சார் குடிவந்தார். அவரோடு அந்த நாய், குட்டியாக வந்தது.

"வர்ற வழியில கிடைச்ச குட்டி இது. ரோட்டோரமா நின்னுகிட்டிந்தது. வெள்ளரிக்கா வாங்க இறங்கின என்னைப் பார்த்துட்டு கத்துச்சு. தூக்கிட்டு வந்துட்டேன்."

பின்னொருநாள் நாய்சார் சொன்னார். அவர் காலையில் நாயோடு வாக்கிங் போவார். பிறகு எட்டரை மணிக்கு இருசக்கர வாகனத்தில் அலுவலகம் செல்வார். அப்போது தெருமுனை வரை நாய் அவர் பின்னோடு ஓடிப்போகும்.

அவர் சாலையில் கலந்த பிறகு சிறிது நேரம் நின்று கொண்டிருந்துவிட்டு திரும்பி வந்து அவர் வீட்டு வாசலில் படுத்துக்கொள்ளும். மாலையில் அலுவலகம் முடிந்து வந்தபிறகு நாய்சார், நாயை மறுமுறை வாக்கிங் கூட்டிப் போவார்.

அந்தியின் மஞ்சள் வெயில் படிந்த சாலையில் அவர் நாயைப் பிடித்தபடி நடந்து கொண்டிருப்பார். நடைப்பயிற்சிக்கு தோதாக அதன் கழுத்தில் சங்கிலி கட்டிவிடுபவர் வீட்டுக்கு வந்ததும் அவிழ்த்துவிட்டுவிடுவார்.

கட்டப்பட்ட சங்கிலியிடத்தில் கட்டுப்பாடு இல்லை என்று நாய் புரிந்து வைத்திருந்ததோ என்னவோ, வாயில் காப்போன் போல இருந்த இடத்தை விட்டு அசையாமல் அங்கேயே கிடந்தது.

வாசற்கதவு கிறீச்சிட்டால் தலையுயர்த்திப் பார்க்கும். தெரிந்த முகமாயிருந்தால் முன்னங்கால்களுக்கு மத்தியில் முகத்தைப் பதித்துப் படுத்துக்கொள்ளும். புது ஆளாக இருந்தால் ஜாக்கிரதை உணர்வோடு விருட்டென்று எழுந்து நின்று குரைக்கும்..

"நாயைக் கட்டிப்போடுங்க சார். பயமாயிருக்கு" என்று யாராவது கூறினால் நாய்சார் சிரிப்பார்.

"கட்டிப்போட்டு வெறித்தனத்தை ஏற்படுத்திடக்கூடாது. நீங்க பயப்படாம வாங்க. நானிருக்கேன்" என்பார்.

நான் ஒருமுறை சென்றபோது நாய் பார்த்துவிட்டு படுத்துக்கொண்டது.

"நீங்க, நம்ம தெருவாசின்னு அதுக்கு தெரிஞ்சிருக்கு. அதான் சிநேகமா ஒருபார்வை பார்த்துட்டு படுத்துகிச்சு..." என்றார் நாய்சார்.

அவர் தாசில்தார் அலுவலகத்தில் வேலை செய்கிறார். பட்டா சம்மந்தமாக அவரிடம் சந்தேகம் கேட்க வேண்டியிருந்தது. அப்படித்தான் நாய்சார் அறிமுகமானார்.

"நாயைக் கட்டிப் போடற பழக்கம் இல்லையா...?" என்று நான் கேட்டபோது,

"அதுக்கென்ன அவசியம்...?" என்று அவர் திரும்பக் கேட்டார்.

"ஆரம்பத்துல அது பகல்ல வெளியில சுத்திட்டு வரட்டும்னு கட்டாம விட்டிருந்தேன். ஆனா அது வீட்டை விட்டு எங்கேயும் நகரலை. பழியா வீட்டு வாசல்லயே கிடந்தது. அப்புறம்தான் வாக்கிங் கூட்டிட்டுப் போக ஆரம்பிச்சேன். உங்களுக்கொண்ணு தெரியுமா... இந்த நாய் இதுநாள் வரைக்கும் வீட்டுக்குள்ள வந்ததேயில்ல."

எனக்கு ஆச்சர்யமாக இருந்தது. அவர் தலையசைத்து சிரித்தார்.

"ஆமா... வளர்ப்பு நாய்ங்க காலுக்கடியிலேயே கிடக்கறத நான் பார்த்திருக்கேன். ஆனா இது தெருவோட சரி. உள்ளே வரவழைக்க எவ்வளவோ முயற்சி பண்ணிட்டேன். பலிக்கல. ஊர் எல்லையில காவல் காக்கற அய்யனார் சாமி மாதிரிதான் இதுவும். அப்படித்தான் நான் நினைச்சிக்கிட்டிருக்கேன்" என்றவர் எழுந்து சென்று ஃபிரிட்ஜிலிருந்து குளிர்பானம் எடுத்து வந்தார். வாசற்படி நிலையருகில் நின்று நாய் என்னையே பார்த்துக்கொண்டிருந்தது.

"இனி நீங்க கிளம்பற வரைக்கும் அந்த இடத்தைவிட்டு நகரவே நகராது. அப்படியே வெறிச்சு பார்த்துக்கிட்டு நிக்கும். ஒரு பிடி சோறு போட்டதுக்கு எவ்வளவு நன்றியுணர்ச்சி பாருங்க..."

அவர் குளிர்பானத்தை தம்பளரில் நிரப்பித் தந்தார். வீடு சுத்தமாயிருந்தது. அனாவசிய அடைசலில்லை. வலது

மூலையில் டிவி, பிரம்பு சோபா தவிர வேறு சாமான்களில்லை. திரைச்சீலைக்கு அப்பாலிருந்த அறைக்குள் அவர் மனைவி இருந்திருக்க வேண்டும். லேசாக இருமல் சத்தம் கேட்டது.

"அவ கொஞ்சம் சுகவீனமாயிருக்கா" என்றார் நாய்சார்.

என்ன, ஏதென்று விசாரிக்குமளவுக்கு பழக்கமில்லாததால் நான் எதுவும் கேட்கவில்லை. நாலைந்து சந்திப்புகளுக்குப் பிறகு அவரே சொன்னார்.

"குழந்தையில்லாத கவலை மனசை அரிச்சு உடம்பை பலவீனமாக்கிடுச்சு. காலையில மெல்ல எழுந்து சமையல் செஞ்சு வச்சிட்டு படுத்துக்குவா. மறுபடியும் சாயங்காலம் விளக்கேத்தற நேரத்துல கொஞ்ச நேரம் உட்கார்ந்து நாலைஞ்சு சுலோகம் சொல்லிட்டுப் படுத்துக்குவா. வெளிவேலைகளுக்கு ஆள் வச்சிக்கிட்டேன். நானும், அவளும் ஒண்ணா சேர்ந்து வெளியில போய் இருபது வருஷமாயிடுச்சு."

நாய்சார் இதைச் சொன்னபோது அவர் குரல் நடுங்கியது. சிறிது நேரத்தில் சகஜமான அவர், தெருவாசிகள் தன்னை நாய்சார் என்று அழைப்பதாக சொல்லி சிரித்தார். அவருக்கு அந்தப்பெயர் மிகவும் பிடித்திருப்பதாக சொன்னபோது வியப்பாக இருந்தது.

"நான் படிச்ச பள்ளிக்கூடத்துல ஒரு வாத்தியார் எப்பவும் கையில பிரம்போட இருப்பார். அந்தப் பிரம்பு நல்லா மழுமழுன்னு பார்க்கவே வசீகரமா இருக்கும். அதால ஒண்ணு வச்சாருன்னா சுளீர்ன்னு வலி தெறிச்சுவிடும். வாத்தியார் அந்தப் பிரம்பை வீட்டுக்கு எடுத்துட்டுப் போய் எடுத்துட்டு வருவார். அதனால எல்லாரும் அவரை தடி வாத்தியார்ன்னு கூப்பிடுவாங்க. அந்த மாதிரி எனக்கும் நாய்சார்ன்னு பேர் கிடைச்சிருக்கு"என்ற நாய்சாரை எதிர் ஃப்ளாட் வாட்ச்மேன் அந்தப் பெயரைச் சொல்லி கூப்பிட்டிருக்கிறான்.

"நாய்சார் வாக்கிங் கிளம்பியாச்சா...?"

வாய்தவறி கேட்டுவிட்ட அவன் திருதிருவென்று முழித்திருக்கிறான். பின் அதை மறைக்க ஏதேதோ பேசி மழுப்பியபோது நாய்சார் விடவில்லையாம். துருவித்துருவிக் கேட்டுத் தெரிந்து கொண்டாராம்.

“நாயோட நீங்க வாக்கிங் போறதப் பாத்து நாய்சார்ன்னு ஒருத்தர் சொல்லப்போக பின்னாடி அதுவே பேராயிடுச்சு” என்றானாம் அவன்.

நாய்சார் சொல்லிவிட்டுப் புன்னகைத்தார்.

“நாய் துஷ்டமான மிருகமில்ல. அதுக்கிருக்க நன்றியுணர்ச்சியில கால்வாசி நமக்கிருந்தா போதும். நமக்கு உதவி செய்தவங்களை நாம மறக்கவே மாட்டோம்” என்றார் நாய்சார்.

அலுவலகம் முடிந்து வர தாமதமானால் நாய் காம்பவுண்ட் கதவருகில் நின்று தெரு முனையை வெறித்துப் பார்த்துக் கொண்டிருக்குமாம். தூரத்தில் அவரது வண்டிச் சத்தம் கேட்டால் பாய்ந்தோடி எதிர்கொண்டு அழைத்து வருமாம்.

“முன்னாடியெல்லாம் அலுவலகத்துக்குப் போகும்போது என் மனைவியை தனியா விட்டுட்டுப் போறேனேன்னு கவலையோட கிளம்புவேன். இந்த ஊருக்கு வந்தப்புறம் அந்தக் கவலை இல்லாம போச்சு. வரும்போதே இன்னொரு ஜீவனையும் அழைச்சிட்டு வந்ததுல தைரியமா ஆபீஸ் போறேன்.”

நாய்சார், நாயின் முதுகை பாசமாய் தடவிக் கொடுத்தார். அது தலையை பட், பட்டென்று இரண்டுமுறை உலுக்கிக் கொண்டது. செம்பழுப்பு நிற நாய் அது. நாட்டு நாய்க்கே உரிய மெலிந்த தோற்றம் கொண்டிருந்தது.

“இதுக்குன்னு தனியா எதுவும் சமைக்கிறதில்ல. நாங்க சாப்பிடறததான் இதுவும் சாப்பிடுது. மத்தியான சோறு என் மனைவி வைப்பா. மெல்ல எழுந்து வந்து அவ சோறு வச்சதும் அவளை ஒரு பார்வைப் பார்க்குமாம். அது, நீ சாப்பிட்டியான்னு கேட்கிற மாதிரி இருக்குமாம். ஒருநாள் என் மனைவி சொல்லிட்டு அழுதா.”

நாய்சார் சொன்னபோது எனக்கு வியப்பாக இருந்தது.

“நாமகூட ஒரு நாய் வளர்க்கலாம்ங்க...” என்றாள் பானு. எனக்கும் ஆசைதான். இருந்தும் முறையாக அதைப் பராமரிக்க முடியுமா என்று சந்தேகமாயிருந்தது. மேலும் ஃபிளாட்டில் அதற்கு அனுமதி பெறவேண்டும். தனி வீட்டில் நாய்

வளர்ப்பதைக் காட்டிலும் ஃபிளாட்டில் வளர்ப்பது சிரமமானது. அதனால் அந்த எண்ணத்தைக் கைவிட்டேன்.

"வெளிநாட்டு நாய் வளர்க்கணும்னு இல்ல. நாட்டு நாயே வளர்க்கலாம். ரெண்டுமே விசுவாசத்துக்குக் குறைச்சலில்லாதது" என்றார் நாய்சார்.

நான் அதிலுள்ள சிரமத்தைச் சொன்னதும் ஒத்துக்கொண்டார். அன்று மாலைநேர நடைப் பயிற்சியின்போது நானும் அவருடன் இணைந்து கொண்டேன். நாங்கள் சாலையோரமாக நடந்தோம்.

நாய் இலக்கை குறிவைத்து முன்னேறும் தீவிரத்துடன் நடந்து கொண்டிருந்தது. நாய்சார் சிறு வயதில் தன்னுடைய வீட்டிலிருந்த நாய் பற்றி சொல்லிக் கொண்டே வந்தார்.

"கிராமத்துல பார்த்தீங்கன்னா, வீட்டுக் கொல்லையிலயோ, தெருவுலயோ ஒரு நாய் எப்பவும் படுத்துக் கிடக்கும். அப்படி எங்க வீட்டுலயும் ஒரு வெள்ளைநாய் இருந்தது. எங்கம்மா அதுக்கு ஒரு பிடி சோறு வைப்பாங்க. தின்னுட்டு ஊரைச் சுத்திட்டு எங்க வீட்டு வாசல்ல வந்து படுத்துக்கும். நான் பள்ளிக்கூடம் போகும்போது என் கூடவே வரும். பள்ளிக்கூட காம்பவுண்டு வரைக்கும் வரும். நான் உள்ளேப் போயிட்டேன்னு உறுதி செஞ்சுக்கிட்டு மெதுவாத் திரும்பிப் போகும். அதேமாதிரி சாயங்காலம் பெல் அடிக்கிறப்ப காம்பவுண்டு கிட்ட வந்து நின்னு என்னைக் கூட்டிட்டுப் போக காத்திருக்கும். ஆச்சரியமா இருக்குல்ல...?"

நான் தலையசைத்தேன். பின் என் பெரியப்பா வீட்டில் வளர்ந்த நாயைப் பற்றி சொன்னேன்.

"மனிதன் தன் புத்திசாலிதனத்தைக் கொண்டு யானையைக் கூட அடிமையாக்கிடறான். யானை தன்னோட பாகன் சொல்படி காசை வாங்கி அவன்கிட்ட கொடுக்குது. ஆனா நாய்கிட்ட நாம அடிமைத்தனத்தை எதிர்பார்க்க முடியாது. அன்பா தடவிக் கொடுத்தா அது உசுரையே தரும்" என்றார் நாய்சார்.

நாய் நடப்பதை நிறுத்திவிட்டு சுவற்றில் ஒட்டப்பட்டிருந்த சுவரொட்டியை வெறித்தது. பின் என்ன நினைத்ததோ மெதுவாக நடக்க ஆரம்பித்தது. சாலையில் போக்குவரத்து மிகுதியாயிருந்தது.

கடைகள் நிறைந்திருந்தன. பிள்ளையார் கோவில் வாசலில் சிறு கூட்டம் கூடியிருந்தது. அன்று ஏதாவது விசேஷ நாளாயிருக்கும் என்று நான் நினைத்துக்கொண்டேன்.

நாய்சார் செருப்பை அவிழ்த்துவிட்டு சங்கிலியைப் பிடித்தபடியே கையெடுத்துக் கும்பிட்டார். நாய் அவரையே பார்த்துக் கொண்டிருந்தது. கோவில் வாசலில் நின்றிருந்த பெண்மணியின் கையிலிருந்த குழந்தை நாயைக் கண்டதும் துள்ளியது.

மழலை மொழியில் ஏதோ பிதற்றியது. நாய் திரும்பிப் பார்த்தது. குழந்தை உதைத்து இடுப்பிலிருந்து இறங்க முற்பட்டது. அதன் தாய் விடவில்லை.

"நாய் கடிச்சிடும்" என்று பயமுறுத்தினாள்.

நாய் நகர்ந்து நாய்சார் பக்கத்தில் நின்று கொண்டது. தான் வளர்ப்புநாய் என்று உறுதிபடுத்த நினைத்ததோ என்னவோ. நாய்சார் நாயைத் தடவிக் கொடுத்தபடியே குழந்தையைப் பார்த்து சிரித்தார். குழந்தை கைகளை நீட்டித் தாவியது.

"பேசாம இரு. இல்லேன்னா அம்மா அடி கொடுப்பேன்."

அந்த அம்மா நகர்ந்து போனாள்.

"குழந்தைகளுக்கு நாய்னா ரொம்ப இஷ்டம். எங்க வீட்டுக்குப் பக்கத்துல இதேமாதிரி ஒரு குழந்தை இருக்கு. அதுக்கு எப்பவும் நாயைத் தொட்டுத், தடவி விளையாட ஆசை. அவங்கம்மா ஒரு அடி எடுத்து வைக்க விடமாட்டாங்க. கையில ஒரு கரடி பொம்மையோட அந்தக் குழந்தை ஜன்னல் வழியா ஏக்கமா பார்த்துக்கிட்டேயிருக்கும். சில பேருக்கு வளர்ப்பு மிருகங்கள்னா ஒவ்வாமை" என்றார் நாய்சார்.

இருட்டத் தொடங்கியிருந்தது. நாங்கள் திரும்பி நடக்க ஆரம்பித்தோம்.

நாய் ஒரு விளக்குக் கம்பத்தில் ஒதுங்கிவிட்டு நடந்தது. சகமனிதன் போல் பாவித்து ஒரு தோழமை உணர்வோடு நாய்சார் அதனுடன் நடந்து கொண்டிருந்தார். எஜமானரின் பிடிக்குள் திமிரும் நாய் போலன்றி அதுவும் இயல்பாக நடை போட்டது.

சாலையோர மின்விளக்குகள் பளிச்சிடத் தொடங்கின. கடந்து சென்ற கடலை வண்டியில் வறுபட்ட கடலையின் மணம் நாசியை வருடியது. நாய்சார் இரண்டு கடலைப் பொட்டலங்கள் வாங்கி ஒன்றை என்னிடம் தந்தார்.

"அவளுக்குக் கடலைன்னா ரொம்பப் பிரியம். வறுபட்ட சூடு ஆறிப் போறதுக்குள்ள சாப்பிடணும்னு சொல்லுவா" என்றவர்,

"ஆனா இந்நேரத்துக்கு கடலை சாப்பிட்டா அவளுக்கு செரிக்கிறதில்ல. அதனால பிற்பகல் எடுத்துக்குவா" என்றார்.

"உங்களுக்கு வாங்கிக்கலையே..."

நான் என்னிடமிருந்ததை நீட்டினேன். வேண்டாமென சைகை செய்தவர் ஃபிளாட்டுக்கருகில் வந்ததும் விடைபெற்றுக் கொண்டார்.

"நாளைக்கு நேரமிருந்தா வாங்களேன்."

நான் அவரது அழைப்பை ஏற்றுக்கொண்டேன். காலைநேர நடைபயிற்சி எனக்கு அவ்வளவாக ஒத்து வருவதில்லை. அலைபேசியில் அழைப்புகள் வந்தவண்ணமிருக்கும். ஒவ்வொரு அழைப்பும் கால்மணி, அரைமணி என்று நேரத்தை சாப்பிட்டுவிடும். என் வேலை அப்படி.

அதனால் மாலை நேரத்தை தோதாக்கிக் கொண்டேன். வேலை முடிந்து நேரமே வீட்டுக்கு வரும் நாட்களில் நாய்சாருடன் நடைப்பயிற்சி செல்ல ஆரம்பித்தேன். பானுவுக்கு பரம திருப்தி.

"நீங்க, நாய்சார், நாய் மூணுபேரும் வாக்கிங் போறது பார்க்க சிரிப்பா இருக்கு" என்று கிண்டல் வேறு செய்தாள்.

இரவு உணவை நாய்சார் தயாரிப்பாராம்.

"பெரும்பாலும் இட்லி அல்லது தோசைதான் ராச்சாப்பாடு. அதனால நானே தயார் பண்ணிடுவேன். இட்லியோ, தோசையோ கொஞ்சம் பால் சேர்த்துப் பிசைஞ்சு வட்டில்ல வச்சுட்டா நாய் சாப்பிட்டுடும்."

அன்றைய நடைப்பயிற்சியின்போது நாய்சார் சொல்லிக்கொண்டே அந்த சாலையோரப் பூங்காவிலிருந்த

சிமெண்ட் பெஞ்சில் அமர்ந்தார். என்னையும் அருகில் அமரச் சொன்னார். நாய் பின்னங்கால்களை மடக்கி முன்னங்கால்களை ஊன்றி அமர்ந்து கொண்டது.

"நாய்களை கவனிச்சிருக்கீங்களா... நான் பார்த்தவரைக்கும் அதுங்க பெரும்பாலும் அஞ்சு விதமான போஸ்ல தான் இருக்கும்."

நாய்சார் சொல்லிவிட்டு தொண்டையை செருமிக் கொண்டார். கடந்த ஒரு மாதமாக அவருடன் நடைப்பயிற்சி வருவதில் நிறைய விஷயங்களைத் தெரிந்துகொண்டேன். அதிலும் குறிப்பாக நாய்களைப் பற்றி அதிகத் தகவல்களைக் கூறினார். நாய்சார் அருகில் அமர்ந்திருந்த நாயின் தலையைத் தடவிவிட்டார். அது பெருமையாக என்னைப் பார்த்தது.

"சார், சொல்லுங்க..."

நான் ஞாபகமூட்டினேன்.

"அஞ்சு விதமான போஸ். முதலாவது இதோ இப்படி, பின்னங்கால்களை மடக்கி தரையில பதிச்சு முன்னங்கால்களை ஊன்றி உட்கார்ந்திருக்கறது, ரெண்டாவது முழு உடம்பையும் தரையில கிடத்தி கால்களை நீட்டிப் படுத்துக்கறது, மூணாவது பின்னங்கால்களை மடக்கி முன்னங்கால்களை முன்னால நீட்டி உட்கார்ந்துக்கறது, நாலாவது அப்படியே முன்னங்கால்களுக்கு மத்தியில முகத்தைப் பதிச்சு படுத்துக்கறது, அஞ்சாவது உடம்பைக் கிடத்தி கால்களை நீட்டிப் படுத்தவாக்குல தலையை உயர்த்திப் பார்த்தபடி உட்கார்ந்திருக்கறது. இதைத்தவிர வேறமாதிரி இருந்து நீங்கப் பார்த்திருக்கீங்களா...?"

நான் யோசித்தேன். எதுவும் ஞாபகத்துக்கு வரவில்லை. இல்லையென்று தலையாட்டினேன். அவர் சொன்னபோது கண்ணுக்கெதிரே காட்சிகள் வந்து போயின. நாய்சார் தொடர்ந்தார்.

"நாய் கால்களை நீட்டி உடம்பைக் கிடத்தி படுத்துத் தூங்கும்போது ஆழ்ந்த உறக்கத்துல இருக்கும். அதுவே பின்னங்கால்களை மடக்கி முன்னங் கால்களை நீட்டி நடுவுல முகத்தைப் பதிச்சு தூங்கறப்ப எப்பவும் தாக்கத் தயாராயிருக்க ராணுவவீரன் மாதிரி உஷார் நிலையிலயே இருக்கும். சின்னதா ஒரு சத்தம் கேட்டாலும் விருட்டுன்னு எந்திரிச்சு நிக்கும்.

இதெல்லாம் என்னோட கணிப்புதானேயொழிய நிரூபிக்கப்பட்ட உண்மையில்ல" என்றார் நாய்சார்.

நான் அவரையே பார்த்துக் கொண்டிருந்தேன். தன் நாய் மீதான அன்பில் அவர் எவ்வளவு யோசித்திருக்கிறார் என்று தோன்றியது. மறுநாள் நான் அவருடன் நடைப்பயிற்சிக்கு செல்லவில்லை.

அதற்கடுத்த நாட்களும் அலுவலகத்தில் வேலை அதிகம் இருந்ததில் செல்ல முடியவில்லை. நாய்சாரிடம் அலைபேசியில் சொன்னபோது,

"விடுங்க பார்த்துக்கலாம்" என்றார் அவர்.

கிட்டதட்ட ஒரு மாதமாகியிருந்தது அவருடன் நடைபயிற்சி சென்று. காலையில் பால்கனியில் நின்று அவர் போகும்போது கையசைப்பதோடு சரி.

"ஒழுங்கா வாக்கிங் போயிக்கிட்டிருந்தீங்க. அதுவும் போச்சு..." என்று பானு புலம்பினாள்.

மழை நாட்கள் தொடங்கிவிட்டன. அப்படியொன்றும் பெரிதாக கொட்டி விடவில்லை. மழை ஓரிரு நாட்கள் கனத்து பெய்தது. மற்ற நாட்களில் நினைத்துக் கொண்டாற்போல் தூறல் போட்டது. விரல் விட்டு எண்ணிவிடலாம் என்கின்ற அளவுக்கே இருந்தன மழை நாட்கள்.

"நல்லவேளையா காலை நேரத்துல மழை பெய்யறதில்ல" என்றார் நாய்சார்.

அவர் நடைப்பயிற்சிக்குப் போக மழை பெறும் ஒத்தாசை செய்தது. மழை கொட்டும்போது கார் பார்க்கிங்கில் நாய் படுத்துக் கிடக்குமாம்.

"நாய்க்கு தடுப்பூசி போட்டுட்டு வந்தேன்."

ஒருநாள் மாலை அலுவலகம் முடிந்து திரும்பியபோது தெருமுனையில் எதிர்ப்பட்ட நாய்சார் சொன்னார்.

"நாய் வச்சிருக்கறவங்களுக்கு இதெல்லாம் கூடுதல் சுமை இல்லையா...?"

நான் கேட்டபோது நாய்சார் மறுத்து தலையாட்டினார்.

"குழந்தையை கவனிச்சிக்கறதை சுமையா நினைப்போமா... அப்படித்தான் இதுவும்" என்றார்.

அன்று காலை எழுந்தபோது நாய்சார் மனைவி இறந்துபோன செய்தி வந்தது. கடந்த ஒரு வாரமாக அவரைப் பார்க்க சந்தர்ப்பம் வாய்க்கவில்லை. பார்த்திருந்தால் அவர் மனைவி உடல்நலம் பற்றி தெரிந்திருக்கும். நான் பதறி அவர் வீட்டுக்கு ஓடினேன்.

தெருவாசிகள் இயந்திரம் போல வருவதும், போவதுமாயிருந்தனர்.

நாய்சார் என்னைப் பார்த்ததும் கைகளைப் பிடித்துக்கொண்டார்.

"எப்போதும் போலதான் இருந்தா. அதிகாலை மூணு மணியிருக்கும். உடம்பெல்லாம் வேர்த்துக் கொட்டுச்சு. ஆஸ்பத்திரிக்கு கூட்டிட்டுப் போயிடலாம்னு நினைக்கறதுக்குள்ள சட்டுன்னு நின்னுடுச்சு. சிவியர் அட்டாக்குன்னு டாக்டர் சொல்றார்."

நாய்சாரின் கண்கள் கலங்கியிருந்தன. துக்கம் விசாரிக்க வந்த அனைவரிடமும் அவர் அதைச் சொல்லிக் கொண்டிருந்தார். தெருவாசிகளில் பலர் முன்பின் அறிமுகமில்லாதவர்கள். அவர்களிடமும் அவர் அதைச் சொல்ல வேண்டியிருந்தது.

நாய் அவர் காலருகில் நின்று கொண்டிருந்தது. சிலநேரம் வாசற்படியில் நின்று கூடத்தில் கிடத்தப்பட்டிருந்த நாய்சாரின் மனைவியை அது வெறித்தது. பின் திரும்பி வந்து ஓரிடத்தில் படுத்துக்கொண்டது. உடனே மறுபடியும் எழுந்துபோய் வாசற்படியருகில் நின்று உள்ளே பார்த்தது. இருப்புகொள்ளா தன்மையுடன் அது அங்குமிங்கும் அலைபாய்ந்ததைக் கண்டபோது ஆச்சரியமாக இருந்தது.

நாய்சாரின் உறவினர்கள் சிலர் வந்திருந்தனர். நாய்சார் காதல் மணம் புரிந்தவர். பலத்த எதிர்ப்புகளுக்கு மத்தியில் மனைவியைக் கரம் பிடித்திருக்கிறார். அதனால் இரு பக்கமும் சொந்தங்கள் விலகிக் கொண்டனவாம். ஒருநாள் நடைப்பயிற்சியின்போது பகிர்ந்த செய்தி இது. வந்திருந்தவர்கள்

ஒப்புக்கு உட்கார்ந்துவிட்டு போய்ச் சேர்ந்தனர். அவர் அலுவலக ஆட்கள் மட்டுமே இறுதிவரை உடனிருந்தனர். நான் நாய்சாருக்குத் துணையாக மயானம் வரை சென்று வந்தேன். வீட்டில் அவரைத் தனியே விட மனமில்லாது சிறிதுநேரம் உடனிருந்துவிட்டு கிளம்பினேன்.

"நாளைக்குக் காலையில வரேன் சார்."

நான் விடை பெற்றுக் கொண்டபோது அலுவலக பியூன் ஹோட்டலிலிருந்து சாப்பாடு வாங்கி வந்தான். நான் சாப்பாடு கொண்டுவந்து தருவதாக சொன்னபோது நாய்சார் பிடிவாதமாக மறுத்துவிட்டார்.

"பக்கத்துல நல்ல மெஸ் இருக்கு. அங்கே வாங்கிக்கறேன் சார். உங்களுக்கெதுக்கு வீண் சிரமம்..." என்று விட்டார்.

மறுநாள் நான் அலுவலக வேலையாக வெளியூர் செல்ல வேண்டியிருந்தது. நாய்சாரிடம் சொல்லிவிட்டுக் கிளம்பினேன். நான்குநாட்கள் இருந்து முடிக்கவேண்டிய வேலை. வேலை முடிந்து ஊர் திரும்பியபோது மாலை ஆகியிருந்தது. நான் வந்ததையறிந்து நாய்சார் பதட்டத்துடன் ஓடி வந்தார்.

"நாய் செத்துப் போச்சு சார்."

"எ...எப்ப சார்...?"

"அரைமணி நேரமிருக்கும். கொஞ்சம் வீட்டுக்கு வாங்க சார்."

நான் அவரைத் தொடர்ந்தேன். நாய் வாசற்படியருகில் கிடந்தது.

"நாலுநாளா ஒருவாய் சாப்பிடல சார். ஒரு அடிகூட அடிச்சுப் பார்த்துட்டேன். பிடிவாதமா பட்டினி கிடந்து உயிரை விட்டுடுச்சு. என் மனைவி இதுக்கு சாப்பாடு மட்டும் போடலை சார். தன் அன்பையும் சேர்த்துப் பரிமாறியிருக்கா. அதனாலதான் இது பழியாக் கிடந்து அவ போன துக்கத்துல உயிரை விட்டுடுச்சு."

நாய்சார் ஓவென்று அழுதார்.

❖❖❖

தவம்

ரங்கமுத்து ஆசாரி ஒரு மரக்கட்டையைத் தொட்டுவிட்டால் அதற்கு உயிர் வந்துவிடும் என்பார்கள்.

"செத்துப்போன மரத்துல தளிர் துளுக்குமா... இந்தாளு கைய வச்சா உசிரு துளுத்துடும். கட்டில், மேசை, பீரோ, கதவு எல்லாத்துக்கும் உசிரு துளுத்துடும். எங்கப்பாரு காலத்துலருந்து அவருதான் எங்களுக்கு எல்லாம். ஒரு பலவக்கட்ட செய்யணும்னாலும் அவருகிட்டதான் ஓடுவோம். அவருக்கு நேரமில்லீன்னா தரையில ஒக்காந்துக்குவோமே தவிர்த்து இன்னொரு ஆளுகிட்ட போவமாட்டோம்" என்பார் அப்பா.

வீடு கட்டும்போது ரங்கமுத்து ஆசாரியின் இழைப்புளி ஒலி பொங்கிப் பிரவாகமெடுக்கும் இளையராஜா இசைபோல கேட்டுக்கொண்டேயிருந்தது. இழைத்து, இழைத்து மரச்சுருள்கள் அவரைச் சுற்றிலும் பரவிக்கிடந்தன. நடுவில் அவர் தேவன் போல அமர்ந்து தீவிரமாக இயங்கிக் கொண்டிருந்தார்.

ஆங்காங்கே சுத்தியல், உளி, ரம்பம், சீவுளி, மின் துளைப்பி, அளக்கும் நாடா எல்லாம் கிடக்கும். ஒரு மதிய உணவு நேரத்தில் அதையெல்லாம் காட்டிப் பெயர் கேட்டபோது அவர் சாப்பிட்டுக்கொண்டே பதில் சொன்னார். பெரிய, பெரிய உருண்டைகளாக குழம்புசோறு அவர் வாய்க்குள் போய்க்கொண்டிருந்தது.

சாப்பாட்டு டப்பா பெரியது. அகலமாக சிறு வட்டா போலிருக்கும். தூக்கிலிருக்கும் குழம்பை அதில் ஊற்றி உள்ளங்கையில் படும்படி பிசைந்து சாப்பிடுவார். மற்றவர்கள் ஒரு வட்டமாக அமர்ந்து சிரித்து பேசியபடியே சாப்பிடுவர்.

அவருடைய கண்களும், கைகளும் மரத்துண்டுகளிடத்தில் அப்படியென்ன பேசின என்று தெரியாது. மரத்துண்டுகள் மாற்று உருவங்கள் பெற்று பரிணாம வளர்ச்சியடைந்து கொண்டேயிருந்தன.

நாங்கள் வீடு கட்டுவதற்கு முன்பு பெரியப்பா வீடு கட்டிவிட்டார். அங்கும் ரங்கமுத்து ஆசாரிதான் மர வேலைகள் செய்து கொடுத்தார். வாசல் கதவில் இரு மயில்களை ஆசாரி அழகாக செதுக்கியிருந்தார். தோகையை தாழ தொங்கவிட்டுக்கொண்டு ஒரு கொப்பில் மயில்கள் அமர்ந்திருக்கும்.

கதவுகளை மூடும்போது இரண்டும் நேருக்கு நேர் சந்தித்துக்கொள்ளும். தோகையில் சிறு, சிறு இறகுகள் செதுக்கப்பட்டிருக்கும். அதைப் பார்ப்பதற்காகவே நான் அடிக்கடி அங்கு செல்வேன். கதவுகளை மூடி, மூடி ரசிப்பேன்.

வார்னிஷ் பளபளப்பில் மயில்கள் மின்னும். மர மயில்களுக்கு ஆசாரி உயிர் கொடுத்திருந்தார். அதுபோல் எங்கள் வீட்டுக் கதவிலும் செதுக்கவேண்டும் என்று பிடிவாதம் பிடித்தேன். அதற்கு நிறைய செலவாகுமென்று அப்பா மறுத்துவிட்டார்.

"பிள்ள ஆசப்படுதுல்ல. செஞ்சி குடுத்துட்டாப் போச்சி."

மடியில் கட்டியிருந்த பொட்டலத்தைப் பிரித்து இரண்டு கும்பகோணத்து வெற்றிலைகளை காம்பு கிள்ளி, சுண்ணாம்பு தடவி கொட்டைப்பாக்கு துண்டுகளை வைத்து மடித்து வாயிலிட்டுக் கொண்டவரின் கண்கள் குறும்புடன் என்னை நோக்கின.

அவருக்கு சதா வெற்றிலை மென்று கொண்டேயிருக்கவேண்டும். ஒரு சொம்பு தண்ணீரை அருகில் வைத்துவிடுவோம். அடிக்கடி எழுந்துபோய் வெற்றிலையை புளிச்சென்று துப்பிவிட்டு சொம்பு நீரை வாயில் சரித்துக்கொள்வார்.

எனக்குக் கோடைவிடுமுறை என்பதால் கொல்லையில் அவர்களுடனே கிடந்தேன். நல்ல விஸ்தாரமான கொல்லை. பருத்த மாமர நிழல் வேறு. கோடையின் வெம்மையை

அண்டவிடாது அது நிழலைக் கிடத்தியிருந்தது. வெயில் சிறு, சிறு காசுகளாக அங்கங்கே கொட்டிக் கிடக்கும். மற்றபடி குளுமையான இடம் அது.

ரங்கமுத்து ஆசாரி மரத்தினடியில் தோதான இடம் பார்த்து அமர்ந்துகொண்டார். மர இழைச்சுருள்களை அள்ளி விளையாட எனக்கு ரொம்பப் பிடிக்கும். ரேகையோடிய பெரிய மரத்துண்டுகளும், ரீப்பர் கட்டைகளும், கொல்லையில் இறைந்து கிடந்தன.

பெரியப்பா வீட்டில் எல்லாமே புது மரங்கள்தான். பொள்ளாச்சியிலிருந்து மரங்கள் தருவிக்கப்பட்டன. அங்கு வேலை நடந்தபோதுதான் ஆசாரியை முதன்முதலில் பார்த்தேன். இளமஞ்சள் நிற மரக்கட்டைகளுக்கு நடுவே அமர்ந்து ஆசாரி இழைத்துக் கொண்டிருந்தார். அப்போது ஒரு வாசம் வந்தது, மரவாசம். அந்த வாசம் ரங்கமுத்து ஆசாரிக்கான வாசமாகவே நான் புரிந்து வைத்திருந்தேன்.

அழுத்தி வைத்ததுபோன்ற குட்டையான உருவம் அவருக்கு. அவரது தோள்கள் சற்று முன்னோக்கி குறுகியது போல இருக்கும். இழைத்து, இழைத்து அப்படி ஆகியிருக்கக்கூடும் என்று நான் எண்ணிக்கொண்டேன்.

வழுக்கைத் தலையில் பின்புறம் விசிறிவிட்டாற்போல் கொஞ்சம் மயிர் வளர்ந்திருக்கும். நல்ல பருமனான உடல். கால்கட்டை விரலுக்கும், அடுத்த விரலுக்கும் நிறைய இடைவெளி இருந்தது. அதனால் பார்ப்பதற்கு பறவைக்கால்கள் போலத் தோன்றும்.

நடக்கும்போது பாதங்களை அழுந்த பதியவைத்து இடமும், வலமும் அசைந்து, அசைந்து நடப்பார். வலது காது மடலில் ஒரு பென்சில் சொருகி வைத்திருப்பார். அதையெடுத்து அளவுகள் குறித்துவிட்டு திரும்பவும் காதில் சொருகிக் கொள்வார்.

நுணுக்கமான வேலைகள் செய்யும்போது அவர் நெற்றி சுருங்கியே இருக்கும். அப்போது ஒருவார்த்தை பேசமாட்டார். ஆட்கள் ஏதாவது கேட்டால் தலையாட்டுவார். அவர்கள் புரிந்து கொள்வார்கள். மற்ற நேரங்களில் தலையை அண்ணாந்து தாவங்கட்டையை உயர்த்தி வெற்றிலைச் சாறு வழிந்துவிடாமல் ஜாக்கிரதையாகப் பேசுவார்.

அப்போது அவருடைய கீழுதடு நீட்டிக்கொண்டு வித்தியாசமாகத் தெரியும். பார்க்க வேடிக்கையாக இருக்கும். பதினோரு மணிவாக்கில் அம்மா தரும் டீயை அவர்கள் பவ்வியமாக வாங்கிக்கொள்வார்கள். அம்மாவின் கனைப்பு சத்தம் கேட்கும்போதே ரங்கமுத்து ஆசாரி பதறி எழுவார்.

முண்டாசை அவிழ்த்து மேலெல்லாம் தட்டிக் கொண்டு மரத்துண்டுகளைக் கடந்து அவசரமாய் வந்து நிற்பார். அம்மா கொல்லைப்படியில் நின்று ஏதாவது விசாரித்தபடி டீயைத் தருவாள். நூறு வருடங்களுக்கு முன் கட்டப்பட்ட இரண்டு கட்டு வீடு எங்களுடையது.

முதல் கட்டை இடித்துவிட்டு சின்னதாக வீடு கட்ட அப்பா திட்டம் போட்டிருந்தார். வீடு கட்டி முடிக்கும் வரை இரண்டாம் கட்டில் இருந்து கொண்டோம். வீட்டு வேலை முடிந்ததும் இரண்டாம் கட்டை தட்டிவிட்டு மனையை நல்ல விலைக்கு விற்றுவிட அப்பா எண்ணியிருந்தார்.

பழைய வீட்டில் உத்திரங்கள், தூண்கள் எல்லாம் கிழங்கு, கிழங்காக இருக்கும். அதையே புது வீட்டிற்கு பயன்படுத்திக்கொள்வது என்று முடிவானது.

“ஒவ்வொரு தூணும் ஆயிரங்கதைங்க சொல்லும். பழசுன்னா என்னிக்குமே தனி மவுசுதான். எல்லாத்தையும் சப்ஜாடா உபயோகப்படுத்திக்கலாம். மீதிய நல்ல வெலைக்கு நானே வித்துக் குடுத்துடுறேன்.”

ஆசாரி பட்டென்று சொல்லிவிட்டார். அவர் முகத்தில் அப்போது அப்படியொரு மலர்ச்சி. தூண்களைத் தடவித், தடவிப் பார்த்தார். மேற்கூரையில் அளந்து வைத்ததுபோல சமமாக சொருகப்பட்டிருந்த ரீப்பர்த் துண்டுகளைப் பார்த்தவருக்கு கண்கள் பொங்கிவிட்டன.

“தெய்வம், தெய்வம்...” என்று முணுமுணுத்துக்கொண்டார்.

எல்லாம் தேக்கு மரத்தினாலானவை என்றார். ஒரேயொரு தூணில் கீழ்ப்பகுதி விண்ணப்பட்டு சிமிண்ட் பூசியிருப்பார்கள். அதை மெல்லமாய் தடவிக்கொடுத்தார்.

இரண்டாம் கட்டு அவ்வளவு பெரிதில்லை. மொத்த சாமான்களையும் அடைத்து வைத்ததில் இடம் மேலும் குறுகிப்போனது. அம்மா தினம் சலித்துக்கொண்டாள்.

"கால் வைக்க எடமில்ல. சீக்கிரம் வேலை முடிச்சு ஒரு ஹோமம் செஞ்சிட்டு குடி போயிடணும்."

அவளுடைய அலுப்பு எனக்குக் கவலையைத் தந்தது. வேலை முடிந்து ஆசாரி போய்விடுவார் என்கிற நினைப்பு கிளர்ந்து சோர்வை உண்டாக்கியது.

மாவிலைச் சருகுகளுக்கு மத்தியில் மின்னிக் கிடக்கும் மர இழைச்சுருள்கள், அதைவிட ஆசாரியின் வாசம், அவரின் பழுப்பு நிற வேட்டியில் ஒட்டிக் கிடக்கும் மரத்தூள்கள், அவர் கைக்கு சொன்ன பேச்சு கேட்கும் குழந்தைபோல் நெகிழ்ந்து உருமாறும் மரக்கட்டைகள்...

அனைத்தையும் பார்த்தபடி முழங்கால்களில் முகம் பதித்து கைகளால் கால்களை கட்டிக்கொண்டு சில நேரமும், மர இழைச்சுருள்களை அள்ளி குமித்து, கலைத்து பல நேரங்களும் என் பொழுதுகள் வெயில் காய்ந்தும், நிழல் படிந்தும் நகர்ந்ததை நான் இழக்க விரும்பவில்லை.

கதவு தயாராகிவிட்டது. வெறும் கதவாக... மயில்களோ, குயில்களோ இல்லாமல் வெறிச்சென்று. ஆசாரி என் கன்னம் தட்டி சமாதானப்படுத்தினார்.

"வேல முடிஞ்சி போறதுக்குள்ள தம்பிக்கு புடிச்சாப்ல ஒண்ணு செஞ்சி குடுத்துடுவம்... தம்பி, எத்தினாங்கிளாசு படிக்கிறீங்க...?"

"எட்டாவது..."

கதவுகளில் பதிந்த என் கண்கள் நீரில் மிதந்ததை நான் மறைக்க முயன்று திரும்பிக்கொண்டேன்.

"பெரிய கிளாசுதான். நாங்கூட அஞ்சாப்பு படிப்பீங்கன்னு நெனச்சிக்கிட்டிருந்தன். நல்லா சாப்புடணுமில்ல. சாப்புட்டாதான ஒசரமா வளரமுடியும்."

அவர் தலையைத் தடவிவிட்டார். விரல்கள் உருண்டை, உருண்டையாய் வெண்கலக்குழாய் போல தலையில் அழுந்தின. தோள்பரப்பில் வியர்வைத்துளிகள் மின்னின. நான் முகம் சுணங்கிப்போனதைக் கண்டு கைவேலையைப் போட்டுவிட்டு பதறியோடி வந்திருக்கிறார் என்று புரிந்தது.

“அண்ணே, இந்த அளவு சரியா இருக்கான்னு பாருங்க...”

ஒரு ஆள் கூப்பிட அவர் நகர்ந்து போனார். பெரியப்பா வீட்டுக் கதவு மயில்கள் இரண்டும் பறந்து வந்து இந்தக் கதவுகளில் அமர்ந்துவிடுவதுபோல நான் நினைத்துக்கொண்டேன்.

“பிளையினா இருக்குறதுதான்டா நல்லது. அழுக்குப் படியாது.”

அம்மா சொன்ன காரணம் ஏற்புடையதாக இல்லை. பெரியப்பாவுக்கு மட்டும் அவ்வளவு பணம் எங்கிருந்து வந்ததென்று நான் யோசித்துக் கொண்டிருந்தேன்.

அம்மா, ரங்கமுத்து ஆசாரியிடம் ஒரு வலைபீரோ செய்து தர சொல்லியிருந்தாள். ஏற்கனவே இருந்தது உளுத்துப் போய்விட்டது.

“நல்ல பாந்தமா செஞ்சி குடுத்துடுறன்.”

ஆசாரிக்கு வார்த்தைகள் இழைப்புளியிலிருந்து விடுபடும் மரஇழைச்சுருள்கள் போல் வந்தன. அப்பா கூட ஒரு புத்தக அலமாரி செய்து தர சொன்னார்.

“அம்சமா நாலு தட்டு போட்டு செஞ்சிரலாம்.”

ஆசாரி தலையை உயர்த்தி சொல்லிவிட்டு வேலையைத் தொடர்ந்தார்.

ஒரு நார்த்தங்குருவி பறந்து வந்து அவரருகில் அமர்ந்து சிதறிக்கிடந்த நொய்யரிசிக் குருணையை கொத்தியது. அம்மா கைப்பிடி குருணையை இறைத்து விட்டிருந்தாள். தினமும் இப்படி எதையாவது தூவிவிடுவாள். குருவிகளும், காகங்களும் வந்து தின்றுவிட்டுப்போகும்.

ஆசாரியிடம் அதற்காக சிறிது இடம் ஒதுக்கிவிட்டு அமருமாறு சொல்லியிருந்தாள். ஆரம்பத்தில் குருவிகள் பறந்து வந்த வேகத்தில் விர்ரென்று திரும்பிப் பறந்தன. அந்நிய ஆட்களின்

புழக்கத்தில் தோன்றிய ஜாக்கிரதையுணர்வில் அவை நிமிடம் தாமதிக்கவில்லை.

ஒருநாள் ஒரு தவிட்டுக்குருவி தைரியமாய் தாழப் பறந்து தரையில் அமர்ந்தது. ஆசாரி கைவேலையை நிறுத்திவிட்டு அமைதியானார். மற்றவர்களையும் அப்படி இருக்க சொல்லி சைகை செய்தார். குருவி முன்னேறி வந்து தினையரிசியை கொத்தித் தின்றது.

அதன்பிறகு குருவிகள் வழக்கம்போல் வர ஆரம்பித்தன. முதல்நாள் பேசாமலிருந்த ஆசாரி மறுநாள் சொம்பையெடுத்து தண்ணீர் குடித்தார். அதற்கடுத்தநாள் வெற்றிலை போட்டுக்கொண்டார். அவர் வெற்றிலை போடுவதே அலாதியானது.

முதலில் இரண்டு வெற்றிலைகளை எடுத்துக் கொள்வார். வேட்டியில் இருபுறமும் துடைத்துவிட்டு காம்பு கிள்ளி எறிவார். இடது உள்ளங்கையில் வெற்றிலையை வைத்து வலது கை சுண்டுவிரல் நகத்தால் சுண்ணாம்பை இணுக்கு நுள்ளியெடுப்பார்.

குழந்தையை தடவிக் கொடுப்பது போல் வெற்றிலை முதுகில் சுண்ணாம்பை தடவுவார். உடைத்து வைத்திருக்கும் பாக்குத் துண்டுகளை உள்ளே வைத்து மடித்து வாயிலிட்டுக் கொள்வார். அப்போது அவர் கண்கள் அனிச்சையாக மூடிக்கொள்ளும்.

அவர் மரத்தை இழைப்பதும், வெற்றிலைக்குச் சுண்ணாம்பு தடவுவதும், ஒன்றுபோலவே எனக்குத் தோன்றியது. குருவிகள் வருவது சகஜமானது. ஆட்கள் வேலை செய்வது பற்றி அவை கவலைப்படுவதில்லை.

அந்த தவிட்டுக்குருவி பஞ்சுத்தலையை உருட்டி மிளகு கண்களால் ஆசாரியைப் பார்த்தது. இறங்குவரிசைக் குறியீடு போல அதன் மூக்கு அத்தனை கூர்மையாயிருந்தது. குண்டுமணி போல் அமர்ந்து வியர்வை பளபளப்போடு கைவேலையில் கவனமாயிருந்த ஆசாரியை அது தீவிரமாக உன்னித்தது. கொத்தவந்த குருணையரிசி காலடியில் நறுநறுத்ததை அது பொருட்படுத்தவில்லை. அவரையே பார்த்துக் கொண்டிருந்தது.

அவர் முகத்தில் தெரிந்த தீவிரத்தை, கைவேலையில் இயல்பாகப் பொருந்திப் போய்விட்ட அந்த லாவகத்தன்மையை அது அவ்விதமாய் நோக்கிற்று. கடவுளைக் கண்டு பக்தன் மலைப்பது போல எனக்குப்பட்டது. நானும் அக்குருவி போல் ஆசாரியைப் பார்த்துக் கொண்டிருந்தேன்.

ஐயனார் கோவில்தெரு பாபு வீடு முப்பது ஆண்டுகளுக்கு முன் கட்டப்பட்ட ஓட்டு வீடு. அங்கு ரங்கமுத்து ஆசாரியின் கைவண்ணத்தைப் பார்த்து ரசித்திருக்கிறேன். தூண்களின் தலைகளில் அரைவட்டம் போன்று மரத்தை இணைத்து அதன் இருபக்கமும் பாய்களை சுருட்டி தொங்கவிட்டதுபோல ஆசாரி செதுக்கியிருப்பார். பாயிலிருக்கும் சுருள்கள் பிசிரற்று சமமாக இருப்பதை நான் பார்த்துக் கொண்டேயிருப்பேன். அம்மாவின் புடவைக் கொசுவங்களையொத்த சீரான சுருள்கள்.

இடதுகை கட்டைவிரல் மற்றும் சுண்டுவிரலால் புடவையைப் பிடித்துக்கொண்டு ஆள்காட்டிவிரல் மற்றும் நடுவிரல்களுக்கிடையில் கொடுத்து கொசுவங்கள் வைப்பாள். வலதுகை முன்னும், பின்னும் போய்வந்து நீண்டு கிடக்கும் புடவையைக் கொசுவங்கள் வைக்க தோதாக கொடுத்துக்கொண்டேயிருக்கும்.

அதைப் பார்ப்பதற்காகவே நான் ஓடிப்போய் அவள் முன் நிற்பேன். சின்னது, பெரிதில்லாத கொசுவங்களைச் சேர்த்து அவள் இடுப்பில் சொருகிக்கொள்வாள். அவள் நடக்கும்போது கொசுவங்கள் விசிறி மடிப்புகள் போல் விரியும். ஏனோ தூண்களில் பாய்ச்சுருள்களைக் காணும்போது அம்மாவின் புடவைக் கொசுவங்கள் ஞாபகத்துக்கு வரும். வீட்டுக்கு ஓடிவந்து அம்மாவைக் கட்டிக்கொள்ள வேணும் போலத் தோன்றும்.

கட்டில், ஊஞ்சல், சாப்பாட்டுமேசை, சாப்பாட்டு அறைத்தடுப்பு எல்லாம் ரங்கமுத்து ஆசாரி செய்தது என்றான் பாபு. சாப்பாட்டு மேசையின் கால்களை ஆசாரி, அழகிய பெண்ணின் கால்களை எண்ணிக் கொண்டு செய்திருக்க வேண்டும் என்று தோன்றியது.

முழங்காலிலிருந்து கணுக்கால் வரையிலுள்ள பெண்ணின் கால். திரட்சியாக உருண்டு வரவர வாழைத்தண்டு போல் வடிந்திருக்கும் கால். ஆசாரியின் மனைவிக்கு கனத்த சரீரம்.

அவர், அவளைக் கொண்டு அதை செய்திருக்க முடியாது, அவரின் முன்னாள் காதலியின் காலாக இருக்கலாம் என்றான் பாபு.

எங்களுக்கு ஹார்மோன் கோளாறு செய்ய ஆரம்பித்திருந்த காலம். வார இதழ்களில் வரும் நடிகைகளின் படங்களை ரகசியமாகத் தடவிப் பார்த்து கிளர்ச்சியடையும் விடலைப் பருவத்தின் ஆரம்பத்திலிருந்த எங்களுக்குப் பெண்கள் பெரும் புதிராக இருந்தனர்.

கட்டில் கால்கள் வேண்டுமானால் அவர் மனைவியுடையதாய் இருக்கலாம் என்று சொல்லி சிரித்தோம். அப்பாவின் அலமாரி தயாராகிவிட்டது.

“என்னோட வலைபீரோ என்னாச்சு...?” என்றாள் அம்மா.

“இன்னும் ரெண்டுநாள்ல முடிச்சு குடுத்துடுறன்.”

ஆசாரி அடிபைப்பில் கை, கால்களைக் கழுவிக்கொண்டு சிரித்தபடியே சொன்னார். உதவியாள் துண்டை அவரிடம் நீட்ட, வாங்கி கழுத்து, கைகளைத் துடைத்துக்கொண்டார். பின் அலமாரி கதவுகளைத் திறந்து பார்த்து திருப்திபட்டுக்கொண்டார்.

“பழைய தேக்கு, கட்டுனவ கைக்கு அடங்குறமாரி இணக்கமா செய்ய, செய்ய வசப்பட்டுப் போச்சி.”

அவர் முணுமுணுத்தது எனக்கு மட்டும் கேட்டது. அம்மா எப்போதோ உள்ளே சென்றிருந்தாள். அவள் இல்லையென்ற தைரியத்தில்தான் அவர் அப்படி சொல்லியிருக்கக்கூடும். ஆசாரி நமுட்டுத்தனமாக சிரித்தார். பின்,

“நாளைக்கு வலைபீரோவை முடிச்சு குடுத்துடணும்” என்றார்.

“பாபு வீட்டுல சாப்பாட்டு அறைத் தடுப்பு ரொம்ப நல்லாயிருந்தது.”

நான் சொன்னபோது அவர் முகத்தில் அவ்வளவு பெருமிதம். ஒரு பூ பொட்டென்று அவிழ்வது போலிருந்தது அவர் முகத்தில் மின்னி மறைந்த சிரிப்பு. அப்போதுதான் வெற்றிலையை துப்பிவிட்டு முகம் கழுவியிருந்தார். மரத்தூசுகளற்ற முகத்தில் கண்கள் ஜொலித்தன.

இமை முடிகள் ஒன்றோடொன்று ஈரத்தில் ஒட்டிக்கொண்டிருந்தன. மனதின் பூரிப்பில் இயல்பாய் எழுந்த பேராவலில் அவர் முகம் கனிந்திருந்தது. இழைப்புளியை கையில் வைத்து இழைக்கும்போது அந்த முகம் அப்படித்தானிருக்கும். என்னுடைய அடுத்த வார்த்தைக்காக அவர் காத்திருந்தார்.

"நல்ல வேலப்பாடு. நுணுக்கமா செதுக்கியிருக்கீங்க. அதோட நிழல் தரையில விழுந்தப்ப பூக்கள் சிதறி கெடக்குறாப்ல இருந்துச்சி. ரொம்ப அழகு. இதையெல்லாம் எங்கேயிருந்து கத்துக்கிட்டீங்களோன்னு தோணுது."

அவர் எங்கோ பார்த்தபடி மெதுவாய் தலையசைத்தார். இலக்கில்லாத பார்வையோடு உதடுகள் லேசாக பிளந்து கொண்டன. காற்றில் வேட்டி நுனி படபடத்தது. அவர் துண்டால் கண்களை அழுந்தத் துடைத்துக்கொண்டார்.

"தம்பி உள்ள வாடா..."

அம்மா அழைத்தாள். ஓடிச்சென்று அவள் தந்த பயத்த உருண்டையை வாங்கிக்கொண்டு வந்தேன்.

"எல்லாருக்கும் குடுடா. இப்ப பண்ணினது. வாசனையா இருக்கும்."

அம்மாவின் குரல் காற்றில் மிதந்து வந்தது. ஆசாரி இரு கைகளையும் ஒன்றன் மேல் ஒன்றாக வைத்து குழித்து வாங்கிக்கொண்டார். உடனிருந்தவர்களும் பரபரத்து அருகில் வந்தனர்.

எல்லோருக்கும் கொடுத்ததுபோக மிச்சமிருந்ததில் நான் ஒன்றை வாயில் போட்டுக்கொண்டேன். நெய் மணத்தோடு உருண்டை கரைந்தது. இன்னொரு ரவுண்டு எல்லோருக்கும் கொடுத்தேன்.

"நல்லா இருக்கணும்."

ஆசாரி தலையில் கைவைத்து அழுத்தினார். வெண்கல உருளை விரல்கள் கனமாய் அழுந்தின. மறுநாள் போக மறுநாள் எல்லா வேலைகளும் முடிந்துவிட்டன. கொல்லையில் மிச்சம் கிடந்த மரத்துண்டுகள் அப்புறப்படுத்தப்பட்டு கொண்டிருந்தன.

அப்பா, ரங்கமுத்து ஆசாரியிடம் பேசிக்கொண்டிருந்தார். உதவியாட்கள் அன்று சட்டை அணிந்திருந்தனர். ஆசாரியும் கைவைத்த பனியன் போட்டிருந்தார்.

"மனசுக்கு நிறைவா இருக்கு. உங்க வேல அப்புடி."

அப்பா குரல் இழைய சொன்னார்.

"வழக்கம்தானேங்க…"

ஆசாரி இரு கைகளால் துண்டைப் பிடித்தபடி நின்றிருந்தார்.

மறுநாள் போக மறுநாள் பாபு வீட்டில் விளையாடிக் கொண்டிருந்தபோது வாசலில் ஆசாரி தலை தெரிந்தது. பாபு அப்பா ஆசாரியிடம் ஏதோ விசாரித்துக் கொண்டிருந்தார். அதற்கு தலையாட்டி பதில் சொன்ன ஆசாரி என்னைக் கண்டதும் கையசைத்துக் கூப்பிட்டார்.

"பிள்ளைக்கு ஒரு சமாச்சாரம் வூட்டுல இருக்கு. போயிப் பாருங்க…"

அவர் கண்களில் நட்சத்திரங்கள் ஒளிர்ந்தன. குழைவான உடல்மொழியோடு நின்றிருந்தவர் உதடுகளில் சிறு புன்னகை இழையோடியது.

நான் வெயில் காந்திய தெருவில் விசையுறு பந்தினைப்போல வேகமாய் ஓடினேன். வீட்டு வாசல் நிலைப்படியருகில் அம்மா நின்றிருந்தாள்.

"வந்து பாருடா…"

உள்ளே கைக்காட்டினாள். கூடத்தில் நட்டநடுநாயக்மாக வார்னிஷ் பளபளப்போடு அந்த சாய்வுமேசை கிடந்தது. மேசையின் இழுப்பறையின் முன்பகுதியில் அழகான சிறு மயிலொன்று தோகை மிளிர நின்றிருந்தது.

குட்டி, குட்டி இறகுகள் மிதந்த தோகையோடு, இந்த நிமிடம் பறந்துவிடுவேன் என்பதுபோல மயில் உயிர்ப்போடு நின்றது. நான் இமைக்காது பார்த்தேன். வெண்கல உருளை விரல்களை இறுகப் பற்றிக்கொள்ள வேண்டும் போலிருந்தது.

◆◆◆

ஒருநாள் கூத்து

கெரகம் பிடிச்ச எழவு இப்படி வந்து தன் தலையில் விடியுமென்று அவன் நினைத்துகூட பார்க்கவில்லை. எல்லாம் ஏற்பாடு செய்துவைத்ததுபோல நடந்து முடிந்துவிட்டதில் அவனுக்கு ஆயாசமாயிருந்தது.

தலையில் ஜிகினா அட்டையிலான கிரீடம், இரு கைகளிலும் அதே அட்டையிலான நாக வங்கி, கழுத்தில் துருத்திப் புடைத்துக் கிடந்த ஜிகினா அட்டை ஆரம். அவ்வளவையும் அவன் கழத்தி மூலையில் போட்டுவிட்டான். இருந்தும் உடம்பில் புழு ஊர்வது போன்று நமைச்சலாயிருந்தது.

"பயப்படாதப்பா. வேசங்கட்டுறவுங்க ஒபயோகப்படுத்துறதுதான். ஒண்ணுஞ்செய்யாது" என்ற மூர்த்தி உடம்பு முழுக்க தடவி விட்டிருந்த வர்ணம்தான் அதற்கு காரணமென்று புரிந்தபோது அவனுக்கு தலையிலடித்துக்கொள்ளலாம் போலிருந்தது.

அதீத புழுக்கத்தில் நெற்றியில் இட்டிருந்த செஞ்சாந்து குங்குமம் நேர்க்கோடாய் மூக்கின் மீது ஒழுகிற்று. அவன் வேட்டி நுனியால் முகத்தை அழுந்த துடைத்துக்கொண்டான். வல்லிசாக ஏரநூறு ரூவாய் கிடைக்குமென்று நம்பி, அந்த நம்பிக்கையில் குழந்தையை அள்ளி முத்தமிட்டே வந்திருந்தான்.

போகும்போது முட்டையும், பலசரக்கு சாமானும், இரண்டு கொசுவத்தி சுருளும் வாங்கிப்போவதாக

ஏற்பாடு. நூறு ரூவாய்க்கு சாமான்கள் வாங்கினாலும் மிச்சமிருக்கும் நூறு ரூவாயில் இரண்டு நாட்களை ஓட்டிவிடலாம் என்பது அவனுடைய ஆகச்சிறந்த திட்டம்.

எல்லாம் பாழாய்ப்போனது. அவன் விதியை நொந்தபடி அமர்ந்திருந்தான். அவனுடன் அமர்ந்திருந்தவர்கள் சத்தம் போட்டு பேசிக் கொண்டிருந்தார்கள்.

"யண்ணே, எம்புட்டு நேரம்ணே இப்புடியே ஒக்காந்துருக்கறது..."

அவன் பரிதாபமாக கேட்டான். வீட்டில் அவனை எதிர்பார்த்து புனிதா கிடந்தழிவாள். பிள்ளை இரண்டு மாதக்குழந்தை. புனிதாவின் பால் சுரக்காத மார்புகளை முட்டிப்பார்த்து ஏமாந்து அழுதழுது வாயில் விரல் வைத்து உறங்கிப்போயிருக்கும்.

ஆள் என்னவோ இங்கிருந்தாலும் மனசு வீட்டைச் சுத்தி வந்தது. அரசாங்கம் இலவச அரிசி குடுக்கிறதென்னவோ வாஸ்தவந்தான். ஆனால் மேஞ்செலவுக்கு வழி...

களை பறிச்சி, நாத்து நட்டு, கதிரடிச்சி அவன் செய்யாத வேலைகளில்லை. கிடைத்த வேலையை கைப்பத்தி அந்திசாயும் நேரத்தில் ரூவாய் நோட்டுகளை எண்ணி வாங்கிக்கொண்டு வரும்போது நடையில் ஒரு உற்சாக துள்ளல் தெரியும் அவனுக்கு.

பாதி ரூவாய் வட்டிக்காரனுக்கும், மீதி காசு குடும்ப செலவுக்குமாய் சீரழியும். நாலு காசு சேர்த்து வைத்ததில்லை.

'பத்து ரூவாய எடுத்து வச்சிப்புட்டு செலவு செய்யோணும்' என்று நினைத்துக்கொள்வான்.

'ஒரு காச்ச, கருமாதின்னா சேத்து வச்ச காசு எளவுக்காவுமில்ல...' என்று சிந்தனை ஓடும். ஓட்டை உண்டியலுக்குள் காசு சேர்த்த கதைதான்.

ஊரே வெள்ளக்காடாகி இப்போதுதான் வடிந்து கொண்டிருக்கிறது.

மழை கும்மியடித்து கொட்டிவிட்டுப் போய்விட்டது. நசநசப்பில் பயிர்கள் சாய்ந்து கிடந்தன. இனி பூமி காய்ந்தால்தான் வேலை.

அதுவரை கடன் குடுத்தவன் கண்ணில் படாமல் ஒளிந்து திரிய வேண்டியதுதான். அப்படித்தான் அவனும் திரிந்து கொண்டிருந்தான்.

“வாங்குன காச திருப்பிக் குடுக்க துப்பில்லாத செம்மம், நாயி திங்கிறதத்தான் திங்கும்” என்று வட்டிக்காரன் வீட்டின்முன் நின்று ஏசும்போது ஒடம்பே கூசிப்போகும்.

“இனிமே இவன்ட்ட கடனே வாங்கக்கூடாது” என்பாள் புனிதா.

அவன் தலையில் கைவைத்து அமர்ந்திருந்தான். நெடுநேரம் சிறுநீர் கழிக்காமலிருந்ததில் வயிறு முட்டிற்று.

“எப்பண்ணே வுடுவாங்க...?”

ஆட்களில் வெள்ளையுஞ்சள்ளையுமாக இருந்த ஆசாமியிடம் கேட்டான். அலைபேசியில் சுவாரசியமாகப் பேசிக்கொண்டிருந்தவர் அவனைப் பார்த்து முறைத்தார்.

“ஒண்ணுக்கு முட்டுதுண்ணே...”

மெலிதாக சொன்னான்.

“இவனையெல்லாம் யாருடா கூட்டியாந்தது...?”

அவர் முகத்தைத் திருப்பிக் கத்தினார். அவனை அழைத்து வந்த மூர்த்தி தலையிலடித்துக்கொண்டான்.

“ஒன்னோட பெரிய எளவாப் போச்சிடா... ஏன்டா இப்புடி உசிரெடுக்குற...?”

“வூட்டுல எம்பொஞ்சாதி என்னையக் காணாம பயந்து போயி கெடக்கும்ண்ணே.”

“எங்கூட்டுலமட்டும் வெடி கொளுத்தி தீவாளி கொண்டாடுவாங்களா... பேசாம கெடடா... சும்மா நொய்யி, நொய்யின்னுட்டு...”

“களுத்துல, தலையில போட்டுருந்தத ஏன்டா கலட்டுன...?”

இன்னொருத்தன் கேட்டான்.

“குத்துதுண்ணே...”

“முன்னூறு ரூவாடா... கடாசிப்புட்டியே. எடுத்து மாட்டுடா.”

“உள்ளதான இருக்கோம். வெளியப் போறப்ப மாட்டிக்கிறேண்ணே” என்றவன்,

“எப்பண்ணே வுடுவாங்க...?” என்றான் பரிதாபமாக.

இதெல்லாம் அவனுக்கு பழக்கமேயில்லை. வழக்கம்போல் கடன்காரனுக்குப் பயந்து வெளிய, தெருவு போகாமல் குடிசைக்குள் குந்திக்கிடந்தவனை மூர்த்தி வந்து அழைத்தான்.

“ஒரு சோலி இருக்கு வாரியா...?”

“வர்றேண்ணே...”

அவன் யோசிக்காமல் சட்டையை மாட்டிக்கொண்டு கிளம்பிவிட்டான்.

“கோயிலுக்கு பக்கத்தாப்ல இருக்க டாஸ்மாக் கடைய எடுக்க சொல்லி ஆர்ப்பாட்டம் பண்ணப்போறோம். நீ சாமி வேசங்கட்டி ஆர்ப்பாட்டத்துல கலந்துக்கணும். எரநூறு ரூவா கூலி...?”

“என்னாது...?” என்றவனுக்கு விளங்கவில்லை. அவனுக்கு வயல் வேலை அத்துப்படி. இது புதுவேலையாக தெரிந்தது.

“கோயிலுக்குள்ளாற இருக்க சாமிமாரி வேசம் போட்டுவுடுவேன். பத்து பேரு ஒங்கூட வருவாங்க. டாஸ்மாக் கடையில ஆரமிச்சி கடத்தெருவு உள்ளாற போயி ஒரு ரவுண்டு அடிச்சி ஊர தெக்கு, மேக்கா அப்புடியே சுத்திக்கிட்டு வரணும். இதுக்கு எரநூறு ரூவா கூலி தருவாங்க. சம்மதமா...?”

மூர்த்தி கேட்டபோது அவன் தலை அசைந்தது. சும்மா ஒரு சுற்றுதானே என்று அவன் நினைத்தான். இப்படியாகுமென்று தெரியாது. கடைவாசலில் கூடி,

“டாஸ்மாக் கடையை இப்போதே அகற்று” என்று கோஷம் போட்டபடி பத்துபேரும் கிளம்பிய வினாடி வந்து நின்ற போலீஸ் ஜீப் அத்தனைபேரையும் அள்ளிக்கொண்டுவந்து அடைத்துவிட்டது.

“இவனுவோ பத்து பேரு கௌம்புனானுங்கன்னா, நூறு பொம்பளைங்க சடச்சிக்கிட்டு கௌம்பிடுவாளுங்க. ஏற்கனவே குடிகார புருசன காண சகிக்காம திரியிறாளுங்க. அவளுங்கள அடக்குறது கஸ்டம். அதான் போராட்டம் ஆரமிச்சவுடனே இவனுங்கள கொத்தா புடிச்சாந்து போட்டுட்டேன்.”

வெளியே அந்தப் போலீஸ் யாரிடமோ சொல்லிக் கொண்டிருந்தார். அவன் அவரை சத்தமாக அழைத்தான்.

“ஐயா, மவராசா... என்னைய வுட்டுடுங்கய்யா. காசுக்கு ஆசப்பட்டு வந்துட்டேங்க. மத்தபடி எனக்கும், இதுக்கும் சம்மந்தமில்லீங்க.”

“சாமிய ஏன்யா புடிச்சாந்து போட்ட... தெய்வக்குத்தமாயிரப் போவுது...”

இன்னொரு போலீஸ் சொல்லிவிட்டு விழுந்து, விழுந்து சிரித்தார்.

அவன் அழ ஆரம்பித்தான். மணி ஒன்றடித்தபோது சோற்றுப் பொட்டலம் விநியோகிக்கப்பட்டது. புளிசோறும், தொட்டுக்கொள்ள காரமான கதம்ப பஜ்ஜியும்.

எல்லோரும் பிரித்து வைத்துக்கொண்டு அவசரம், அவசரமாக சோற்றை விழுங்க, அவன் மட்டும் தேமேயென்று உட்கார்ந்திருந்தான்.

“ஏய், யப்பா... சோத்த வெறிச்சி பாத்துக்கிட்டு ஒக்காந்துருக்கியே. பசிக்கலன்னா இப்புடி நவத்து. நாங்க சேர் போட்டுக்குறோம்.”

ஒருவன் சொல்ல வெள்ளைச் சட்டை ஆசாமி அதட்டினார்.

“மொதல்ல ஒன் சோத்த தின்னுடா. அடுத்தவன் சோத்துக்கு ஆளாப் பறக்குறதப் பாரு. ஏய், இவனே...பசியால மயக்கம் போட்ரப்போறடா...” என்று கையை நீட்டி பற்களை நறநறத்தார்.

அவன் சோற்றையள்ளி வாய்க்குள் திணித்துக்கொண்டான். அந்தமாதிரி புளிப்பு, உறைப்பான சோறு தின்று நாளாகிறது.

அரிசியை நுணுக்கி கஞ்சி காய்ச்சி ரெண்டு உப்பள்ளி போட்டுக் கலக்கிக் குடித்து நாட்கள் நகர்ந்தன.

கொளம்பு சோறுக்கும், கூட்டு, பொரியலுக்கும் சமீப காலமாக சந்தர்ப்பம் வாய்க்கவேயில்லை.

புளி சோறின் சுள்ளாப்பு இறங்கியதில் மரத்துக் கிடந்த நாக்கு கொஞ்சம் தெளிந்துபோனது. எல்லோரும் சாப்பிட்டு முடித்து ஏப்பம் விட்டு கட்டையைச் சாய்க்க, வெள்ளைச்சட்டை ஆசாமி எதிரிலிருந்தவனிடம் குசுகுசுத்துக்கொண்டிருந்தார்.

"நாம செஞ்ச ஏற்பாடெல்லாம் வீணாப் போச்சிடா. பத்தாயிரம் ரூவா காசும் போச்சி. வெளிய போனதும் அம்புட்டு பயலுவளும் காசு கேப்பானுங்கல்ல. முடியாதுன்னு சொல்லமுடியுமா... ஒரு அடிகூட எடுத்து வைக்கல. அதுக்குள்ளாற போலீசு வந்து அள்ளிக்கிட்டு வந்துருச்சி. எவன்டா அவன் போட்டுக் குடுத்தது...?"

"அதாங்க எனக்கும் தெர்ல. தெரிஞ்சா சுளுக்கெடுத்துருவேன்."

"எனக்கென்னமோ குணாமேலதான்டா சந்தேகமா இருக்கு. அவந்தான்

இந்த காரியத்த செஞ்சிருக்கணும். நம்ம கு.பெ.பு.க கட்சியோட மொத எதிரியே அவந்தான். இருக்கட்டும், அவன வச்சிக்குறேன்."

வெள்ளைச்சட்டை படபடத்தார். அவன் இருகைகளையும் சேர்த்து தலைக்குக்குடுத்து, கால்களை குறுக்கிப் படுத்திருந்தான். வெயிலின் உக்கிரக் கொதிப்பு அறை முழுவதும் வியாபித்து உடம்பைச் சூடேற்றியது.

அவனுக்கு அழுவதற்கும் முடியாது போலிருந்தது. எரநூறு ரூவாய் கிடைக்குமா, கிடைக்காதா என்பதே அவனுடைய இப்போதைய கவலையாக இருந்தது.

சாய்ந்தமர்ந்து குறட்டை விட்டுக்கொண்டிருந்த மூர்த்தியிடம் கேட்கலாமா என்று யோசித்தவன் கேட்க துணிவின்றி தொய்ந்து கிடந்தான். புனிதா அலமலந்து கிடப்பாளே என்ற நினைப்பு வேறு.

“புளிசோறு தின்னது செரிக்காம ஒரே நெஞ்செரிச்சலா இருக்கு...”

ஒருவன் முனகினான்.

“ஒரு தம்மடிச்சா எரிச்ச கப்புன்னு அடங்கிரும்”

இன்னொருவன் சொன்னான்.

“பெரியவருக்கு ரோத்மென்ஸூ சிகுரெட்டுன்னா ரொம்ப இஸ்டம். அத தவுத்து வேறெதையும் தொடமாட்டாரு.”

வெள்ளைச்சட்டை ஆசாமி பெருமையுடன் சொன்னார்.

“அது என்னாண்ணே ரோத்மென்ஸூ சிகுரெட்டு... பேரே வித்தியாசமா இருக்கு.”

தூங்கிக்கொண்டிருந்த மூர்த்தி விசுக்கென்று எழுந்து ஆர்வத்துடன் கேட்டான்.

“பாரின் சிகுரெட்டுடா. வெல ஒசந்தது. அது இல்லீன்னா ஐயாவுக்கு நாளே ஓடாது. லோக்கல் சிகுரெட்டு எதையும் தொடமாட்டாரு. எல்லாம் குப்படான்னுவாரு.”

அவர் சொல்ல, சொல்ல எல்லோரும் ஆர்வமாகக் கேட்டனர்.

“மேக்கால ஒண்ணு, தெக்கால ஒண்ணு. ரெண்டையும் ஐயா தெறமையா பேலன்ஸூ பண்ணுவாரு. ரெண்டு வூட்டு மவராசியும் இன்னிக்கி வரைக்கிம் சந்திச்சிக்கிட்டது இல்ல. வம்சவிருத்தியிலயும் தாராளம். ஐயா அதிலயெல்லாம் காளைதான்.”

எல்லோரும் கொல்லென்று சிரித்தனர்.

“சிரிக்காதீங்கடா. நமக்கெல்லாம் ஒண்ண வச்சே சமுசாயி பண்ண முடியல. ஐயா ரெண்டையும் அசராம கையாளுவாரு. இந்த வூட்டுல என்னா இருக்கோ, அதே பொருளு அந்த வூட்டுல இருக்கும். ரெண்டும் சரிசமந்தான். ஒரு கொறை கிடையாது.”

“ஆனா இந்த வூட்டுல ஐயா இருந்தாருன்னா அந்த வூட்டுல இருக்கமாட்டாரு. அதுதான் கொறை...”

ஒருவன் சொல்ல மறுபடியும் சிரிப்பு.

“அடப்போடா... ஐயா அந்த விசயத்துலயும் சூராதிசூரந்தான். ஒரு ராத்திரி இங்க இருந்தாருன்னா மறுநா ராத்திரி அங்க இருப்பாரு. இந்த நியதிய மாத்திக்கவே மாட்டாரு. பொஞ்சாதிவளும், இங்கியே இருங்களேன்னு சொல்லாதுவோ. அம்புட்டு கண்டிசன்... ராத்திரியானா ஐயாவுக்கு சரக்கடிக்கணும். ஆனா ஒண்ணுடா, எவ்ளோ சரக்கடிச்சாலும் மனுசன் தடுமாறமாட்டாரு. அப்புடியொரு கெத்து.”

“பாரின் சரக்காண்ணே...?”

“பின்ன... நம்மளமாரி கண்டதையும் குடிச்சிப்புட்டு வவுறு புண்ணாயிக் கெடப்பாருன்னு நெனச்சியா... எல்லாம் அசல் வெளிநாட்டு சரக்கு. அதுக்கு மட்டும் மாசத்துக்கு ஒரு லெச்சத்துக்கு மேல செலவு பண்ணுறாரு.”

வெள்ளைச்சட்டை சொல்ல, சொல்ல அனைவர் கண்களும் விரிந்தன. புருவங்கள் உயர்ந்து, தலைகள் அசைந்தன.

“சந்தனக்கட்ட மாரி ஒடம்பு. தோலுல பவுன உருக்கி ஊத்துனாப்ல அப்புடியொரு மினுமினுப்பு. இன்னிக்கெல்லாம் பாத்துக்கிட்டேயிருக்கலாம் போலருக்கும். உள்ளங்கைய விரிச்சாருன்னா ரோஸு கலரு தாமரப்பூவாட்டம் இருக்கும்.”

“திருப்பதி சாமியப் பாத்ததும் வாயடச்சி போயிருமாம். வைரமும், தாங்கமுமா மின்னுற சாமியப்பாத்தா தெகைச்சிப் போனாப்ல ஆயிருமாம். எம்பொஞ்சாதி சொல்லிக்கிட்டேயிருப்பா. அந்தமாரின்னு சொல்லுங்க.”

“அதேதான்...”

“இதெல்லாம் எப்புடிண்ணே வாய்க்கிது...?”

மூர்த்தி கேட்டான்.

“காசு வந்தா நீயும் அப்புடித்தான் மவராசன் கணக்கா மாறிப்போயிருவ.”

நெஞ்செரிச்சல்காரன் முகத்தைத் தீவிரமாக வைத்துக்கொண்டு சொல்ல, மூர்த்தி தலையிலடித்துக்கொண்டு சிரித்தான்.

“சரக்கடிக்காமலயே அண்ணே ஒளர்றாரு.”

“அடவுடுங்கடா. புலியப்பாத்து பூனை சூடு போட்டுக்க முடியுமா… ஐயாவோட லெவலே வேற. அவரப் பாத்து பிரமிக்கதான் முடியும். அவரமாரி ஆவுறதெல்லாம் நடக்காத காரியம்.”

வெள்ளைச்சட்டை சொல்லிக்கொண்டே போனது.

எந்த ஐயா, யாரு அவரு… அவனுக்கு ஒன்றும் புரியவில்லை. கேட்கவும் விருப்பமில்லை. சாயந்தரம் எல்லோரையும் விட்டுவிட்டார்கள். அவன் கீழே கிடந்ததைப் பொறுக்கியெடுத்து அணிந்துகொண்டான்.

“எல்லாத்தையும் மாட்டிக்கிட்டு கோயிலுக்குள்ளாற போயி குந்தப்போறியா…?”

“இ… இல்ல… நீங்கதான…”

“சும்மா வெளையாட்டுக்குச் சொன்னன்டா. அத இப்புடிக் குடு..” என்றவன் அட்டை நகைகளை வாங்கி தூர வீசினான்.

“அண்ணே…”

அவன் மூர்த்தியிடம் தயக்கமாக கைநீட்டினான்.

“நூதன மொறையில போராட்டம் செஞ்சி எல்லாரையும் கவர்ந்துபுடலாமுன்னு நெனச்சிதான் ஒனக்கு வேசம் கட்டிவுட்டது. ஆனா நெனச்சது ஒண்ணு, நடந்தது ஒண்ணுன்னு ஆயிப்போச்சி.”

மூர்த்தி சலித்துக்கொண்டே வெள்ளைச்சட்டையிடமிருந்து ரூவாயை வாங்கி அவனிடம் திணித்தான். அவனுக்கு போன உசிர் திரும்பி வந்தது போலிருந்தது.

“ஒடம்புல வெயிலு படாம காசு சம்பாரிச்சிட்டீங்கடா…”

வெள்ளைச்சட்டை பொறுமியபடியே பணத்தை எண்ணி வைத்தார்.

இருள் கவிந்துகொண்டு வந்தது. அவன் நடையை எட்டிப்போட்டான்.

உடம்பில் எரிச்சலும், அரிப்பும் சேர்ந்து ஒருவித நமைச்சலை உண்டாக்க, ஒரு சவுக்காரக்கட்டி வாங்கிக்கொண்டு கோயில் குளத்துக்கு வந்தான்.

சமீபத்தில் பெய்திருந்த மழையில் குளம் தளும்பி வழிந்தது. பச்சை நிறத்துடனும், கவிச்சி வாசத்துடனும் சிலுசிலுத்த குளத்தில் அவன் முங்கி, முங்கிக் குளித்தான்.

சவுக்காரத்தை உடம்பில் அழுந்தத் தேய்த்து அரிதாரத்தைக் கலைத்து விசிறியடித்துக் குளித்தான். சவுக்காரம் வாங்கியதுபோக மீதமிருந்த ரூவாயை குளத்துப்படிக்கட்டில் கல்லுக்கடியில் வைத்திருந்தான். அதை அடிக்கடிப் பார்த்துக்கொண்டான்.

உடம்பிலிருந்த வர்ணம் கலைந்து கருத்தமேனி பளீரிட்டபோது கொஞ்சம் ஆசுவாசமாயிருந்தது. யாரும் பார்க்காத நேரத்தில் இடுப்பிலிருந்த வேட்டியை உருவி பிழிந்து கட்டிக்கொண்டவன் ரூவாயை எடுத்துக்கொண்டு படியேறினான்.

கோயிலையொட்டியிருந்த டாஸ்மாக் கடை நிரம்பி வழிந்தது.

✦✦✦

விமோசனம்

கோபுரத்தில் குடியிருந்த புறாக்கள் திடீரென்று அதிர்ந்த கிண்டாமணியின் ஒலியில் படபடத்துப் பறந்து போயின. கோபுர சிற்பங்களின் மீது புறாக்களின் எச்சம் வகைதொகையின்றி வழிந்து உலர்ந்திருந்தது. சிலைப்பெண்களின் தலை, மார்பு எங்கும் எச்சமும், வீச்சமும்... புறாக்கள் ஒரு இடம் விட்டுவைக்கவில்லை.

தம் கழிவுகளை உட்கார தோதான இடத்தில் தெய்வநிந்தனை பற்றிய கவலையில்லாது வெளியேற்றி வைத்திருப்பதாய் அம்மா ஒருநாள் சொன்னாள்.

பிரகாரத்தில் பலகை, பலகையாய் கருங்கற்கள். பகல் சூட்டின் வெக்கைத் தரித்து கற்கள் கால்களுக்குச் சூட்டைக் கடத்தின.

நான் மெதுவாக நடந்தேன். காற்றில் சூட்டின் தாக்கம் குறைந்திருந்தது. முகத்தை அலம்பி, கேசத்தைக் கலைத்து, உடைக்குள் புகுந்து விளையாடிச் சென்றது காற்று.

அது ஒரு இதம். உரிமையாய் வீட்டுக்குள் வந்து உறவாடும் நட்பின் இதம். எனக்கு மனம் ஒரு நிலையில்லாது இருந்தால் கோவிலுக்கு வந்துவிடுவேன். கோவில் தூண்களின் சிற்பங்கள் என்னைப்பார்த்து சிரிப்பது போல ஒரு பிரமை உண்டாகும். தோழமையான சிரிப்புக்குப் பழகிய மனது நிலைப்பட்டு சமநிலைக்கு வர அதிக நேரம் பிடிக்காது.

நான் கொடிமரத்துக்கு அருகில் நின்று உள்நோக்கி கும்பிட்டேன். சரவிளக்கின் நடுவில் லிங்கம் ஜொலித்தது. ஆயிரம் வருடங்களுக்கு முன்பு கட்டப்பட்ட கோவில். ஆயிரம் வருடங்கள் பழமையான லிங்கம்.

அத்தனை கைகூப்பல்களையும், பிரார்த்தனைகளையும் ஏற்று, சலித்து, புளித்து நின்றிருக்கும் லிங்கம். என்னைப்பார்த்து ஆசுவாசப்படுவதுபோல எனக்குத் தோன்றும்.

நான் எதையும் கேட்டதில்லை. வெறும் கைகூப்பல் மட்டும்தான். தலையைச் சுற்றி சுழலும் நூற்றுக்கணக்கான பிரச்சனைகளை பிரார்த்தனைகளாக மடைமாற்றிவிட எனக்கு விருப்பமில்லை.

மௌனவெளியில் என் நிமிடங்கள் உறைந்து கிடக்கும். கூப்பிய கரங்களும், மூடிய கண்களும் எந்த வேண்டுதலையும் மூலவருக்குக் கடத்தாது.

என்னவோ அரவமற்ற அண்டவெளியில் நான் மட்டும் நின்றிருப்பது போல வெற்று மனதோடு பிரக்ஞையின்றி நின்றிருப்பேன்.

அதுவும் ஒருநிமிடம்தான். பின் சுவாதீனமாய் அங்கிருந்து நடந்து ஆயிரங்கால் மண்டபத்துக்கு வந்து அமர்ந்துவிடுவேன்.

அன்று மண்டபத்தில் ஒருவரில்லை. இடம் வெறிச்சோடி அந்தகாரத்தை அடைகாத்து வைத்திருந்தது.

நான் சட்டைப்பையிலிருந்து கர்சீப் எடுத்து விரித்து அமர்ந்தேன். கோவிலின் நான்கு வீதிகளும் பிரதான சாலைகளில் முடியும். கிழக்கு வீதி முடியும் சாலையில் தர்கா இருந்தது.

அங்கிருந்து பாங்கின் ஒலி கேட்டது. அது மஃரிப் தொழுகைக்கான நேரம். இந்நேரம் இதயத்துல்லா மாமா அங்குதான் இருப்பார்.

மாமா, பஜ்ர், லுஹர், அஸர், மஃரிப், இஷா தொழுகைகள் பற்றி ஒருநாள் சொன்னது ஞாபகத்துக்கு வந்தது.

அதிகாலை பாங்கின் ஒலி என் தூக்கத்தைக் கலைத்துப்போடும். தர்காவுக்கு அடுத்த தெருவில் வீடு. அதனால் ஒலி துல்லியமாகக் கேட்கும்.

“ஹய்ய அலல் ஃபலாஹ் ...”

“அஸ்ஸலாத்து கைரும் மினம் நவ்ம்...” என்று இரண்டுமுறை கூறப்படும் வாசகங்கள் சிறுவயதிலிருந்து கேட்டுக்கேட்டு என் மனதில் பதிந்து போயிருந்தன.

‘தூக்கத்தைவிட தொழுகை மேலானது’ என்று என் மனம் அப்போது அனிச்சையாக மொழிபெயர்க்கும்.

தூணில் மாட்டியிருந்த காலண்டர்தாள்கள் படபடக்க, நான் நிமிர்ந்து அமர்ந்தேன். உடலுக்கும், மனதுக்கும் தொடர்பில்லாததுபோல உடல் இங்கு குந்திக்கிடக்க, மனம் மசூதி தெருவில் அலைந்துவிட்டு வந்தது.

நூலேணியில் ஏறுவது போல் ஒன்றைப் பற்றிக்கொண்டு ஏறும் மனம் அது தொடர்பான எண்ணவெளியில் சஞ்சரித்து இருப்புநிலைக் குறித்த பிரக்ஞையின்றி அதுபாட்டுக்கு பற்றியதைப் பற்றியபடியே கிடக்கும்.

இது புதிதில்லை. எப்போதும் இது எனக்குள் நிகழ்கிறது. உடலுக்கும், மனதுக்கும் இடையிலான அந்த சன்னமான இழை அறுந்து விட்டதோ அல்லது அது எனக்குக் கிடையாதோ என்னவோ...

எனக்கு சிரிப்பு வந்தது. மண்டபத்தில் ஆட்கள் வரத் துவங்கினர். ஒவ்வொருவரும் அவரவர் வசதிக்குத் தகுந்த திசையிலமர்ந்து உடலை விரைப்பாக்கி, கைகளை முட்டியில் சரித்து கண்கள் மூடி தியானிக்க ஆரம்பித்தனர்.

சிறுசிறு பறவைகளின் மெல்லிய கீச்சொலி, தூரத்தில் விரையும் வாகனங்களின் ஒலிப்பான் ஒலியைத்தவிர வேறெந்த ஒலியின் ஒழுகளுமின்றி அந்த இடம் அமைதியாயிருந்தது.

சத்தங்களை வடிகட்டிய சுத்தமான அமைதி உள்ள இடத்தில் கூட என்னால் கண்கள் மூடி அமர்ந்திருக்க முடிந்ததில்லை.

“எடுத்ததும் கைகூடிடுமா... நிறைய பயிற்சி செய்யணும். பழக, பழக படிஞ்சிடும்...” என்பார் வேலுமணி வாத்தியார்.

அவரிடம் பிரம்படி வாங்காமல் எவனும் அடுத்த வகுப்பு போனதில்லை. நானும் நிறைய முறை வாங்கியிருக்கிறேன்.

அவர் இடது ஓரம் இருந்த கல் தூண் மறைவில் அமர்ந்து தியானம் செய்து கொண்டிருந்தார்.

மண்டபத்திற்குள் நுழைந்ததுமே என்னைப் பார்த்து ஒரு தலையசைப்பு, உதடு பிரியாத புன்னகையோடு உட்கார்ந்தவர் தியானத்திற்கான ஒரு சிறு தயாரிப்போடு வந்திருக்க வேண்டும் என்று எனக்குத் தோன்றியது.

மனதை சமன்படுத்தி, தளைகளை அறுத்து, தானும் அதுவும் வேறு வேறாகவும், தனக்கும் அதற்கும் சம்பந்தம் இல்லாதது போலவும் தன்னைத் தயார்படுத்தி வந்திருப்பவர் என்னிடம் பேச்சுக் கொடுத்தால் சூழ்நிலை கெட்டுப் போகலாம் என்றெண்ணி இருக்கலாம்.

அப்படிப் பார்த்தால் எனக்கும் மனதுக்கும் நடுவில் உள்ள பிணைப்பு கூட அறுபட்டு தானே கிடக்கிறது. ஆனாலும் திரளும் எண்ணங்களை என்னால் விலக்க முடிந்ததேயில்லை. நான் எழுந்து மண்டபத்தை விட்டு வெளியே வந்தபோது இருட்டியிருந்தது.

வெளிப்பிரகாரத்தில் நடைபாதை கருங்கல் தளத்தையொட்டி இருபுறமும் நெருஞ்சி முட்கள் பரவிக்கிடந்தன. அதிலும் சில பிள்ளைகள் அனாயாசமாக விளையாடிக்கொண்டிருந்தனர்.

விளையாட்டுக்கு நடுவில் அவ்வப்போது நின்று காலில் அப்பியிருந்த நெருஞ்சி முட்களை உதிர்த்துப் போட்டனர் மீண்டும் விளையாட்டு, மீண்டும் உதிர்த்தல் மாறி, மாறி நிகழ்ந்து கொண்டிருந்தது. பார்க்க வேடிக்கையாக இருந்தது.

தவிர்க்க முடியாத விளையாட்டுத் திடலாக கோவில் பிரகாரம் ஆகிப் போயிருந்தது. காலில் குத்தும் நெருஞ்சிகளை உதிர்க்கப் பழகியவர்கள் மட்டுமே அங்கு விளையாட முடியும்.

நெருஞ்சிகளோடு அவர்கள் சிநேகம் வைத்துக் கொண்டவர்கள் போல் அதனோடு ஊடுபாவாக கலந்து விளையாடிக் கொண்டிருந்தனர். நான் நடையை எட்டிப் போட்டேன்.

மதிற்சுவர் மேல் முளைத்திருந்த நியான் விளக்குகள் பிரகாரத்தை மஞ்சள் ஒளியில் நனைத்தன. இடது புறமிருந்த

சிறு மண்டபத்தில் காய்ந்த மல்லிகைச்சரம் ஒன்றை மேலே படரவிட்டபடி ஒரு லிங்கம்...

வெளிர் சிவப்பு நிற கறையிட்ட, எண்ணெய் பிசுக்கேறிய பழுப்பு வஸ்திரத்தை அணிந்திருந்த லிங்கத்துக்கு அர்ச்சனை, அபிஷேகம் போன்ற சம்பவங்கள் சம்பவிப்பது வெகு அபூர்வம்.

பச்சை படர்ந்த பித்தளை விளக்கு ஒன்று எரிந்து கொண்டிருந்தது. அதுதான் அதற்கு சாசுவதம். ஏதாவது திருவிழா, வைபவம் என்றால் புதுமாப்பிள்ளை கணக்காய் லிங்கம் ஜொலிக்கும்.

பால், தேன், பன்னீர், சந்தனம் இத்யாதிகளோடு அபிஷேகம் நடக்கும். ரோஜாப்பூ மாலை கூட உண்டு. வருடத்தின் முந்நூற்று அறுபத்தைந்து நாட்களில் பத்து, பன்னிரண்டு நாட்கள் மட்டுமே இந்த கூத்தெல்லாம்.

விசேஷம் முடிந்து மறுநாள் விளக்கு தீபம் அதற்கு ஆறுதல் சொல்லிக் கொண்டிருக்கும். அதன் முணுக் ஒளியில் அது சமாதானமாக வாய்ப்பில்லை என்று எனக்குத் தோன்றியது.

இறுக்கமான மௌனத்தைத் தக்க வைத்துக் கொண்டு அது அழுத்தமாய் குந்தி கிடப்பதாய் நான் நினைத்துக்கொண்டேன்.

"இங்க வந்து வேண்டிக்கிட்டா தொலைஞ்ச பொருள் கிடைச்சிடும்" என்று யாரோ கிளப்பி விட்டார்கள், அப்படியாவது லிங்கத்துக்கு வாழ்வு கிடைக்கட்டுமென்று. ஒருவர் அசையவில்லை.

லிங்கம் விரக்தி நிலையில் இருப்பதாய் எனக்குப் பட்டது. உள்ளே இருப்பவருக்கு கனஜோராய் எல்லாம் நடக்க 'தான்' மட்டும் சீந்துவாரின்றி கிடப்பதற்கு பேசாமல் கல்லாகவே இருந்திருக்கலாம் என்று அது சொல்வதாய் நான் கற்பனை செய்து கொண்டேன்.

அம்மாவிடம் சொன்னால் காய்ச்சி எடுத்துவிடுவாள்.

"அவர் நமக்கு படியளக்கறவர். அவரை நீ எப்படி அப்படி நினைக்கலாம்..." என்று கன்னத்தில் பட் பட்டென்று போட்டுக் கொள்வாள்.

"கல்லா பார்த்தா கல்... சிலையாப் பார்த்தா சிலை..." என்று சொல்லி மேலும், மேலும் அவளிடம் வாங்கிக் கட்டிக் கொள்ள முடியாது.

"தினமும் வெயில் தாழ கோவிலுக்கு ஓடறியே... அங்கேயே நேரங்காலம் தெரியாம தேமேன்னு கெடக்கறியே. பக்தி தானே காரணம்..." என்று விடாக்கண்டனாய் துரத்துவாள்.

நெஞ்சு நிறைய பக்தி இருந்தால் தான் கோவிலுக்குச் செல்ல வேண்டுமா... வாஞ்சை இருக்கக் கூடாதா... காலைச் சுற்றும் நாய்க்குட்டியிடம் உண்டாகும் வாஞ்சை கடவுளிடம் உண்டாகக் கூடாதா...

எனக்கென்னவோ கன்னங்கரேல் சிற்பங்களின் மீது பயமோ, பக்தியோ உண்டானதேயில்லை. சினேகமான ஒரு பார்வையும், வாஞ்சையான ஒரு சிரிப்பும், வந்ததை அறிவிக்கும் ஒரு சங்கேத பாஷையாய் கைகூப்பலும் மட்டும் போதும் என்றிருந்தது. அதற்கப்பால் இருந்த தெய்வீகத்தை நான் உணர்ந்ததே இல்லை அல்லது அப்படி ஒன்று இல்லவே இல்லை.

இதயத்துல்லா மாமா மீதான வாஞ்சை, லிங்கத்தின் மீதான வாஞ்சைக்கு சற்றும் குறைந்ததல்ல என்பது மட்டும் உறுதி.

"கசாப்புக்கடைக்காரர்ட்ட பழக்கம் வச்சுக்கறது நம்ப பரம்பரைக்கே அவமானம். அவர் கூட பேசறதை, பழகறதை நிறுத்திக்கோ, சொல்லிட்டேன்" என்று மிரட்டல் வந்த போது மாமா மேலான வாஞ்சை இன்னும் கூடிப் போனது.

"மாமிசம் சாப்புடுறவன் கையில கவுச்சி வாசம் அடிச்சிக்கிட்டே இருக்குமா என்ன... தின்னது கழிவா வெளியேறுனா ஒடம்பு சுத்தமாயிட்டுன்னு அர்த்தம். ஆனா மனசு... அது எப்பவும் தின்னுக்கிட்டே தான் இருக்கு. அதால திங்காம இருக்கவும் முடியல, தின்னத வெளியேத்த அதுக்கு வசப்படுறதுமில்ல" என்றார் மாமா ஒருநாள்.

எனக்கு சுரீரென்றது. அவருடனான என் சினேகம் குறித்து எழுந்த விமர்சனங்கள் அவர் காதில் விழுந்திருக்கக்கூடும். மனிதர் சாயம் பூசாத வார்த்தைகளைத் தன் பாணியில் சொல்லி விட்டுப் போய்விட்டார்.

அன்று நான் ஆயிரங்கால் மண்டபத்தில் அமரவில்லை. தனித்துக் கிடந்த பிரகார லிங்கத்தைப் பார்த்தபடி அந்த சின்னஞ்சிறு மண்டபத்தில் நந்திக்குப் பக்கத்தில் இருந்த ஒடுக்கமான இடத்தில் அமர்ந்திருந்தேன்.

லிங்கத்தின் மேல் நான் போட்ட மல்லிகைச்சரம், இதயத்துல்லா மாமாவின் கைங்கர்யம்.

“நீ சொன்னதக் கேட்டு மனசுக்கு கஸ்டமா இருக்குப்பா. யாராலேயும் கவனிக்கப்படாம கெடக்குறது ரொம்ப கொடும. நான் அத அனுபவிச்சிக்கிட்டிருக்கேன். என் நெலம யாருக்கும் வரக்கூடாதுன்னு நான் அடிக்கடி நெனச்சுக்குவேன்.”

சொல்லிவிட்டு காற்றில் விரலால் கணக்குப் போட்டவர் இடுப்பில் இருந்த பச்சை பெல்ட்டில் ஜிப்பைத் திறந்து மூன்று, நூறு ரூபாய்களை எடுத்து என் கையில் திணித்தார்.

“ஒரு நாளைக்கி பத்து ரூவா வீதம் மாசம் முன்னூறு ரூவா ஒங்கிட்ட தவறாம குடுத்துடுறேன். கறி வித்த காசுதான். பூவா மணக்கட்டும் போ...”

அவரின் யதார்த்தமான பேச்சில் வாஞ்சை கூடிப் போயிருந்தது.

“சாமிய நாம தொடக்கூடாதுடா. மகாபாவம்” என்பாள் அம்மா. அது நினைவுக்கு வர நான் மெல்ல எனக்குள் சிரித்தபடி பைக்குள்ளிருந்த மல்லிகைச் சரத்தை எடுத்து லிங்கத்தின் மேல் போட்டேன்.

கைப்பட்ட இடம் சொரசொரத்தது. இதயத்துல்லா மாமாவின் அதே உள்ளங்கை சொரசொரப்பு. லிங்கம் தேஜஸ் ஏறிவிட்ட தினுசில் இறுமாப்பாய் குந்தியிருந்தது.

◆◆◆

பிரியம்

தாத்தாவுக்கு முடி, கால் நகம் வெட்ட நாராயணன் மாதம் தவறாமல் வந்துவிடுவார். கையோடு அவர் கொண்டுவரும் சிறு பெட்டியில் சவரம் செய்யத் தேவையான கத்தி, கத்தரி, படிகாரக்கல், சீப்பு, வட்ட வடிவ டப்பாவில் சோப்பு, பிரஷ் எல்லாம் இருக்கும். பெட்டியைத் திண்ணையில் வைத்துவிட்டு,

"நான் நாராயணன் வந்திருக்கம்மா..." என்று நிலையருகில் நின்று உள்நோக்கிக் குரல் கொடுப்பார்.

ஒல்லியாக, வெடவெடவென்றிருக்கும் நாராயணன் கணுக்காலுக்கு மேலே வேட்டி கட்டியிருப்பார். மல் துணியில் தைத்த அரையளவு ஜிப்பா அணிந்திருப்பார். அதைத் தவிர்த்து வேறு உடையில் நான் அவரைப் பார்த்ததில்லை.

நாராயணனுக்கு வீடு, வீடாக சென்று தலை முடி திருத்தி, முகச் சவரம் செய்து விடுவதுதான் வேலை. சுழலும் நாற்காலியுள்ள சலூன்கள் இல்லாத காலமது. கிராமத்துக்கொரு நாராயணன் இருப்பார். அவரிடம் ஊர், உலகக் கதைகளைப் பேசியபடியே சவரம் செய்து கொள்வார்கள் ஆண்கள்.

தாத்தாவுக்கு கால் நகங்கள் கெட்டிப்பட்டுப் போயிருக்கும். அதிலும் பெருவிரல் நகங்கள் கிளிஞ்சல்கள் போல் தடித்திருக்கும். சற்றே நிறம் மங்கி பழுப்பாய் இருக்கும் நகங்களை நாராயணன் பதமாய் வெட்டிவிடுவார்.

முதலில் கிண்ணியில் இருக்கும் தண்ணீரையள்ளி நகங்களை நனைப்பார். இரண்டு முறை அப்படி விட்டுவிட்டு செய்துவிட்டு கொஞ்சநேரம் பொறுத்திருப்பார். கெட்டியான நகங்கள் தண்ணீர் பட்ட சிறிதுநேரத்தில் ஊறிப்போகும். அதை உறுதிபடுத்திக்கொண்டு வேலையை ஆரம்பிப்பார்.

தாத்தா ஒயர் பின்னிய நாற்காலியில் அமர்ந்து கால்களை தரையில் அழுந்த பதிய வைத்திருப்பார்.

“அந்த நகவெட்டிய கொண்டா...”

உள்நோக்கி குரல் போகும். தாத்தாவின் மேசை இழுப்பறையில் நகவெட்டி பத்திரமாக இருக்கும். சிங்கப்பூர் நகவெட்டி. சற்றே பெரியது. இளஞ்சிவப்பு நிறத்தில் பூக்கள் வரையப்பட்டிருக்கும். தாத்தாவின் தம்பி மகன், என் சித்தப்பா சிங்கப்பூரிலிருந்து வாங்கிவந்துத் தந்தது. பாட்டி அதை மிக கவனமாகக் கொண்டுவந்து தருவாள்.

நாராயணனும் கைநீட்டி பொன்போல் வாங்குக்கொள்வார். தாத்தா கேட்கும் கேள்விகளுக்குப் பதில்களும், நகங்களும் வந்து விழும். நாராயணன் நகங்களைச் சேகரித்து குப்பையில் போட்டுவிட்டு நகவெட்டியை நன்றாகக் கழுவி வெயில் பட வைப்பார்.

காய்ந்ததும் பாட்டி எடுத்து சென்று மேசை இழுப்பறைக்குள் பத்திரப் படுத்துவாள். அடுத்தது முடிவெட்டும் படலம். தாத்தா சம்மணமிட்டு அமர்ந்து கொள்வார். நாராயணன் அவர்முன் கால்களை ஊன்றி குந்தாமல் அமர்ந்திருப்பார். தலையில் நீர் தெளித்து சீப்பால் வாரி கத்தரி கொண்டு வெட்டி முடியை சீராக்குவார்.

அவருடைய இரண்டு கைகளும் ஒத்திசைவோடு இயங்குவதைப் பார்க்க ஆச்சரியமாக இருக்கும். விறுவிறுவென்று சீப்பையும், கத்தரியையும் அடுத்தடுத்து பிரயோகிப்பது அவருக்குக் கைவந்த கலையாக இருந்தது. அதில் ஒன்றிய தன்மையோடு அவர் ஈடுபட்டிருப்பதை நான் கண்ணிமைக்காது பார்த்திருப்பேன்.

வெளுத்த முடி வெள்ளிக்கம்பிகளாக மடியில் விழுவதைப் பார்க்க வேடிக்கையாக இருக்கும். தாத்தாவுக்கு எழுபது

வயதிலும் முடி நிறைய இருந்தது. அது பரம்பரை வாகு என்றாள் பாட்டி.

பாட்டி கையால் காபி குடிக்க கொடுப்பினை வேண்டும் என்று நாராயணன் அவளிடமே சொல்வார்.

"சங்கரி, நாராயணன் வந்துட்டான்."

தாத்தாவின் குரல் அடுக்களையை எட்டும் முன்னரே காபி வந்துவிடும்.

"அவன்தான் வந்தவுடனேயே குரல் குடுத்துட்டானே."

பாட்டிக்கு யார் வந்தாலும் பாரபட்சம் கிடையாது. விருந்தோம்பல் அவ்வளவு பிடிக்கும். அவள் தரும் காபியை நாராயணன் துண்டை கைகளில் பிடித்து வாங்கிக்கொள்வார்.

பின் ஓர் ஓரமாக சென்று காபியை ரசித்து, ருசித்து குடிப்பார். அப்போது அவர் முகத்தில் தோன்றும் மலர்ச்சி ஒரு குண்டு பல்பின் பிரகாசம் போல பொங்கி வழியும்.

திடீரென்று இருட்டிக்கொண்டு மழை கொட்டும்போது ஒரு விளக்கை ஏற்றிவைத்தால் முணுக்கென்று மெல்லிய வெளிச்சம் பரவி அறையில் ததும்பி வழியுமே. அப்படியும் தோன்றும். அதற்காகவே அவர் காபி குடிப்பதை நான் மறைந்திருந்து ரசிப்பேன்.

அவர், தன் வாழ்நாளில் அப்படியொரு காபியை வேறெங்கும் குடித்ததில்லை என்று பின்னொருநாள் என்னிடம் கூறி நெகிழ்ந்து போனார். பாலில் காபிப் பொடியை போட்டு கொதிக்கவிட்டு, வடிகட்டி, சீனிபோட்டு அவர் மனைவி தருவாராம். பில்டர்காபி பற்றி அவருக்கு எதுவும் தெரியாதாம். சிரித்தபடி சொன்னார்.

நாராயணனின் அப்பா, தாத்தாவின் அப்பாவுக்கு சவரம் செய்து விட்டவர். அவருடன் நாராயணன் சிறுவனாக வருவாராம். அப்போது தாத்தா வாலிபனாக இருந்திருக்கிறார். கொள்ளுத்தாத்தா, தாத்தாவை கட்க முடி மழித்துக் கொள்ள சொல்லி வற்புறுத்துவாராம். தாத்தாவுக்கு வெட்கமாக இருக்குமாம்.

பிரியம் | 65

"இதுல என்னடா வெக்கம். தலை, முகத்தோட சேர்த்து அக்குளையும் சுத்தம் செஞ்சிக்கோ" என்பவர் கண்சாடை காட்டிவிட்டுப்போவாராம்.

பின்னாளில் நாராயணன் அந்த வேலையை செய்தார். எனக்கும், அப்பாவுக்கும் முடிவெட்டுவது கூட நாராயணன்தான். அப்பாவிடம் மூச்சு இழையோடும் சத்தத்தைத் தவிர வேறெதுவும் கேட்காது. தாத்தாவுக்கு முடி திருத்தும்போது நேரம் இழுபடும். தாத்தா பேசிக்கொண்டேயிருப்பார்.

நாராயணன் ஒரு கையை அவரின் தலையில் வைத்து இன்னொரு கையை ஆட்டி, ஆட்டி பதில் சொல்லிக்கொண்டோ, மறுபேச்சு பேசிக்கொண்டோ இருப்பார். அப்போது கத்தரி காற்றைக் கிழித்து அப்படியும், இப்படியும் அலையும்.

அப்பாவுக்குப் பத்து நிமிடங்களில் வேலை முடிந்துவிடும். அவருக்கு முடி திருத்தும்போது நாராயணன் முகம் உணர்ச்சியற்ற தன்மையிலிருக்கும். செய்நேர்த்தியில் குறையிருக்காது. ஆனால் அதை எந்திரத்தனமாக செய்வார்.

தாத்தா என்றால் துள்ளியோடும் மான்குட்டிபோல் முகத்தில் உற்சாகம் துள்ளும். வாஞ்சையோடு காலைச் சுற்றும் நாய்க்குட்டி போல் குழைந்துபோய் அவர் அமர்ந்திருப்பார். தன் தேவனைக் கண்டுவிட்ட பரமானந்த பெருநிலையில் அவர் கண்கள் மின்னும்.

அவருக்குக் காசு கொடுக்க தாத்தா மறுமுறை பாட்டியை அழைப்பார். காபி கொடுக்க, நகவெட்டி எடுத்துக் கொடுக்க, பணம் தர என்று மூன்றுமுறை பாட்டி வாசலுக்கு வருவாள்.

"நாராயணன் வேலை முடிச்சிட்டான். பணம் எடுத்துட்டு வா சங்கரி..."

பாட்டி, தாத்தாவின் மேசை இழுப்பறையைத் திறந்து ஏற்கனவே தனியாக எடுத்து வைத்திருக்கும் பணத்தை எடுத்துத் தானும் ஒருமுறை எண்ணிப் பார்த்துவிட்டு மேசை இழுப்பறையைப் பூட்டி அடியில் கையைக் கொடுத்து தள்ளிப்பார்த்து திருப்திபட்டுக் கொண்டு வருவாள்.

கீழே விழுந்து கிடக்கும் முடிக்கற்றைகளைக் கூட்டி சுத்தம் செய்யும் நாராயணன் பாட்டியைக் கண்டதும் கையை வேட்டியில் துடைத்துக்கொண்டு குனிந்து இருகைகளையும் ஏந்தி பணத்தைப் பெற்றுக்கொள்வார்.

மேசைக்குள்ளிருக்கும் பணத்தை முன்னதாகவே வெளியில் எடுத்து வைக்கும் பழக்கம் தாத்தாவுக்கில்லை. பாட்டியும் அப்படி செய்யச்சொல்லி கேட்கமாட்டாள். நாராயணனைப் பார்த்து இரண்டு அதட்டல்கள் போடக்கூட அவளுக்குப் பிடிக்கும்.

"கல்யாண வயசாச்சு பொண்ணுக்கு. வரன் பாக்க ஆரம்பிக்கலியா...?"

ஒருமுறை அவளின் கேள்விக்கு நாராயணன் மையமாக தலையசைத்து வைத்தார்.

"இப்படின்னா என்ன அர்த்தம்?"

தலையை இடவலமாக அசைத்து புருவம் உயர்த்தி கேட்டாள் . தாத்தா, அவளை ரசித்துப் பார்த்துக் கொண்டிருந்தார்.

"நேரங்காலம் கூடி வரணும் இல்லீங்களா... நடக்குறப்ப தான எல்லாம் நடக்கும்."

"ஆடி மாசம் பொறந்தா ஆத்துத்தண்ணி தன்னால ஓடிவரப்போவுதுன்னு சொல்ற மாதிரியில்ல இருக்கு. மண்வெட்டி எடுத்து வழி பண்ணிவிடாம சளக், புளக்குன்னு மடைத்தண்ணி வரப்பு தாண்டி பாயுமா...?"

பாட்டி லேசில் விடமாட்டாள். படிமானம் வரும்வரையில் பிடிமானம் அவள் கையில்தான் இருக்கும். இது நாராயணனுக்கும் தெரியும். அதனால்,

"சரிம்மா. ஆக வேண்டியத செய்யிறேன்" என்று சரணாகதி அடைந்தார்.

ரெட் ஆக்ஸைடு பூசப்பட்ட திண்ணைகள் சற்று உயரமானவை. அதில் கீழிருந்து எம்பிக் குதித்து ஏறிக்கொண்டோ, எதிர்த்திண்ணையிலமர்ந்து கொண்டோ நான் அவர்களை வேடிக்கைப் பார்ப்பேன்.

தாத்தா எழுந்து சென்றபிறகு என்னிடம் கேள்வி கேட்டபடியே நாராயணன் பெட்டிக்குள் உபகரணங்களை வைத்து மூடுவார். முதலில் கத்தியை தண்ணீரில் கழுவி வேட்டியில் நன்றாக துடைத்துவிட்டு உள்ளே வைப்பார்.

கத்திரியின் இரண்டு இறகுகளையும் அகல விரித்து முடி எதுவும் சிக்கியிருக்கிறதா என்று பார்த்து, இருந்தால் எடுத்தெறிந்துவிட்டு அலம்பி துடைத்து வைப்பார். படிக்காரக்கல் நுங்கு போல் இருக்கும். கையில் வைத்துக்கொண்டால் ஜிலுஜிலுவென்று சில்லிடும். என் கண்களில் மிதக்கும் ஆவலைக் கண்டு,

"கைக்குள்ள வச்சி பாக்குறீங்களா தம்பி...?" என்பார்.

நான் ஆசையோடு வாங்கி இரண்டு கைகளிலும் மாற்றி, மாற்றி வைத்துப் பார்ப்பேன். பின் கன்னங்களில் பதித்துக்கொள்வேன். முகச்சவரம் செய்தபிறகு கத்தியில் இழுபட்டு எரியும் கன்னங்களில் அதை வைத்து தேய்த்துக்கொள்வார்களாம். குளுமையாக இருக்குமாம்.

அதோடு வெட்டுக்காயங்களால் ஏற்படும் கிருமி தொற்று உண்டாகாமல் படிகாரம் தடுக்குமாம். தாத்தா அவரிடம் முகச்சவரம் செய்து கொள்வதில்லை. அதனால் அது பெட்டிக்குள்ளேயே இருக்கும். அப்போதெல்லாம் ஆஃப்டர் ஷேவிங் லோஷன் இருந்ததா என்று தெரியவில்லை.

"தம்பி, தர்றீங்களா...?"

நாராயணன் கைநீட்டுவார். நான் மனமின்றி கொடுப்பேன். வாங்கி பத்திரப்படுத்தி பெட்டியைக் கட்கத்தில் வைத்துக்கொண்டு கிளம்பிவிடுவார். அவர் மகன் கல்லூரியில் படித்துக் கொண்டிருந்தான்.

"நம்ம குலத்தொழில அவன் தலையில கட்ட வேணாம்னுதான்..."

ஒருமுறை தன் பக்க நியாயத்தை சொல்லிக் கொண்டிருந்தார். தாத்தா, அதுவும் சரிதான் என்பது போல கேட்டுக் கொண்டிருந்தார்.

"பி. ஏ பொருளாதாரம் படிக்கிறேன்னான். பாலிடெக்னிக் படிச்சா ஒடனே வேல கெடைக்கும்னு சொல்றாங்களேன்னேன். அதெல்லாம் முடியாதுன்னுட்டான். இந்தப் படிப்பு படிச்சா பெரிய, பெரிய வேலயெல்லாம் கெடைக்குமாம். என்னென்னமோ பேரு சொன்னாங்கய்யா. ஒண்ணும் புரில. சரின்னுட்டேன்."

அவர் கையிலிருந்த கத்தரி அலைந்து சிக், சிக்கென்று காற்றை வெட்டியது.

"எங்கங்கய்யா... இந்தப் பயலுவோ நம்ம பேச்ச எங்க கேக்குறானுவோ. பேண்டு, சட்ட போட்டதும் எல்லாந் தெரிஞ்சவன் மாதிரி தல கொழுப்பெடுத்து அலையிறானுவோ."

"ஆமாமா... நம்ம வைத்தியரு பேரன்கூட சொல்லா, கொள்ளாம மெட்ராஸ் கெளம்பிப் போயிட்டானாம். ஒசரமா, செவப்பா இருக்குறதுக்கு சினிமாவுல நல்ல சான்ஸ் கெடைக்கும்னு யாரோ சொன்னாங்களாம். அத கேட்டுக்கிட்டு இந்தப்பய இப்படி பண்ணியிருக்கான். வைத்தியரு சொல்லிட்டு ரொம்ப வருத்தப்பட்டாரு."

தாத்தா மஞ்சள் வெயில் பழுத்துக்கிடந்த தெருவைப் பார்த்தபடி சொன்னார். அவர் சொல்லி முடித்ததும் நாராயணன் மடக்குக் கத்தியை விரித்து இடது உள்ளங்கை ஓரத்தில் இரண்டு, மூன்று முறை தேய்த்துவிட்டு தாத்தாவின் கிருதாவை மழிக்கத் தொடங்கினார்.

அவர் கிருதா அடர்த்தியாயிருக்கும். அதை நாராயணன் கவனமாக திருத்துவார். சிற்பி சிலை செதுக்குவதை விட கடினமாயிருக்குமோ என்று எண்ணவைப்பதுபோல அவர் முகபாவனை இருக்கும்.

நாராயணன் முதலில் கத்தியால் கிருதாவின் இருபக்கமும் மழிப்பார். ஒரு சாண் நீள கிருதா காதின் நடுமையத்தில் முடியும்படி கீழேயும் மழிப்பார். பின் பெரிதாக நீட்டிக்கொண்டிருக்கும் முடிகளை கத்தரியால் வெட்டி சீராக்குவார். வெகு ஜாக்கிரதையாக அவ்வேலையை அவர் செய்வார். அப்போது அவர் வாய் மூடியே கிடக்கும். வலது பக்கத்தை முடித்துவிட்டு இடப்பக்கம் வரும்போது கூடக்குறைய

ஆகிவிடக்கூடாதே என்கிற ஜாக்கிரதையுணர்வு முகத்தில் தெரியும். அதையும் கவனத்துடன் மழிப்பார்.

அதன்பின் முடிச்சு அவிழ்வது போல அவர் முக இறுக்கம் மெதுமெதுவாக தளரும். விட்ட இடத்திலிருந்து பேச்சை தொடர்வார்.

இரண்டு கிருதாக்கள் எடுப்பாய் பளிச்சென்று மின்னும்போது தாத்தாவின் முகத்தில் ஒரு அகல்விளக்கை ஏற்றிவைத்ததுபோல் பிரகாசம் ஜொலிக்கும். ஒருமுறை முடிவெட்டி முடித்துவிட்டு நாராயணன் வெகுநேரம்வரை தாத்தாவை உற்றுப் பார்த்துக் கொண்டிருந்தார்.

“என் முகத்துல வித்தியாசமா ஏதாவது தெரியுதா நாராயணா... ரொம்ப நேரமா பாத்துக்கிட்டிருக்கியே...”

தாத்தா எழுந்து நின்று வேட்டியை உதறிக் கொண்டார்.

“அப்புடியே நில்லுங்கய்யா...”

நாராயணன் எழுந்து நெடுஞ்சாண்கிடையாக அவர் காலில் விழுந்தார்.

“அட, இதென்ன கூத்து. எந்திரி, எந்திரி.”

தாத்தாவுக்கு ஒன்றும் விளங்கவில்லை. நாராயணனுக்கு கண்கள் கசிந்துவிட்டன. துண்டைக் கட்கத்தில் சொருகிக்கொண்டு கைகட்டி நின்றிருந்தார்.

“நம்ம ஊரு கரைவீரநாதராட்டம் இருக்கீங்கய்யா. அதுக்குமேல சொல்லத் தெரில.”

“அது சாமியாச்சே. நான் அப்புடியா இருக்கேன்.”

“என்னவோ பாத்ததும் பட்டுன்னு அதுதான் தோணுச்சு. மனசுல களங்கமில்ல. ஒவ்வொரு முறையும் சொல்லணும்னு நெனப்பேன். சோடா பாட்டில ஒடைச்சாப்ல பட்டுன்னு பொங்கி வந்து சட்டுன்னு அடங்கிரும். ஏதோ ஒரு தடை சில்லு, சில்லா ஒடைச்சு போட்ரும். அதுவும் ஒரு காரணம். இன்னிக்கு மனசு பொங்குனது அடங்கவேயில்ல. சட்டுன்னு வுழுந்துட்டேன்.”

"சரி, சரி. நல்லாயிரு போ."

தாத்தா இயல்பாய் விலகிவிட்டார். பார்த்துக் கொண்டிருந்த என்னைப் பார்த்து நாராயணன் கண்கள் பூக்க சிரித்தார்.

"தம்பிக்கு ஏதும் வெளங்குச்சா...?"

நான் மையமாக தலையாட்டினேன்.

"நல்லது. கல்லு வேணுமா...?"

படிக்காரக்கல்லை பெட்டியிலிருந்து எடுத்து நீட்டினார். நான் வாங்கி கன்னத்தில் வைத்துக்கொண்டேன். சில்லிட்டது. நாராயணன் கொட்டிக் கிடந்த முடியை சுத்தம் செய்ய ஆரம்பித்தார்.

அவருடைய மகளுக்குத் திருமணம் முடிவானபோது தாத்தா இரண்டு மூட்டை நெல்லும், நூறு ரூபாய் பணமும் தந்தார். நாராயணனுக்கு சந்தோஷம் பிடிபடவில்லை. எண்பதுகளில் நூறு ரூபாய் மிகப்பெரிய பணம். இரண்டு மூட்டை நெல்லும் சாதாரணமல்ல.

தாத்தாவுக்கு, நாராயணன்மேல் தனி வாஞ்சையுண்டு. வெளிப்படையாக அதை காண்பித்ததில்லை. கரிசனமான அந்தப் பார்வையிலிருந்து எளிதாக புரிந்து கொண்டு விடலாம்.

கல்யாணத்துக்குத் தாத்தா மட்டும் கிளம்பியபோது நான் பிடிவாதம் பிடித்து அவருடன் சென்றேன். அன்று நாராயணன் புதிய அரை ஜிப்பா, வேட்டி அணிந்திருந்தார். துண்டு கூட ஓரத்தில் பில் ஒட்டப்பட்டு புதிதாக இருந்தது.

எங்களைக் கண்டதும் வாசலுக்கே ஓடிவந்துவிட்டார். நெற்றியில் சுண்டுவிரல் அகலத்துக்கு விபூதியணிந்து பளிச்சென்றிருந்தார். தாத்தாவை எதிர்பார்க்கவில்லை என்று புரிந்தது.

வீட்டிற்கு, ஆசீர்வாதம் வாங்க அழைத்து வரலாமென்றிருந்ததாக சொன்னார். இரண்டு மடக்கு நாற்காலிகள் விரித்துப் போடப்பட்டு நாங்கள் அதில் அமரவைக்கப்பட்டோம். அவருடைய பிள்ளை சோடா உடைத்துக் கொண்டுவந்தான். நாராயணன் அருகிலேயே நின்றுகொண்டிருந்தார்.

“மாப்ள ஜோரா இருக்கான் நாராயணா...”

“சரிங்க...”

நாராயணன் குழைந்தார். கல்யாணம் முடிந்ததும் அவர்களை தாத்தா காலில் விழச்சொன்னார். தாத்தா ஆசீர்வாதம் செய்தபோது அவர் முகத்தில் அவ்வளவு பெருமிதம். விடைபெற்றுக்கொண்டு கிளம்பியபோது வாசல்வரை வந்து வழியனுப்பினார்.

“நல்லதுங்க. நீங்க வந்தது நிறைவா இருந்துச்சு.”

வலதுகையை நெஞ்சில் வைத்துப் பணிவாக சொன்னார்.

“சடங்கு, சாங்கியமெல்லாம் முடிச்சுப் பொண்ண அனுப்புனா பெரிய வேல முடிஞ்சிரும்.”

மேற்கொண்டு அவரே சொன்னார்.

“பாத்துக்க...”

தாத்தா அவர் தோளில் தட்டிக்கொடுத்தார். குடித்த கலர் நாக்கில் அசட்டுத் தித்திப்பாய் தித்தித்தது. அவர் எங்களை சாப்பிட சொல்லவில்லை. காரணம் என்னவென்று அப்போது விளங்கவில்லை. ஒரு வாரத்துக்குப் பிறகு நாராயணன் வழக்கம்போல பெட்டியோடு வந்துவிட்டார்.

“ஒருவழியா பொண்ண கரையேத்திட்ட.”

பாட்டி சொல்ல அவர் முகத்தில் வெட்கம் கலந்த புன்னகை இழையோடியது.

கொஞ்சநாட்களாக வலதுகாதில் இரைச்சல் சத்தம் கேட்டுக் கொண்டேயிருப்பதாக நாராயணன் ஒருமுறை சொன்னார்.

“திடீர்னு காதுக்குள்ள உஸ்ஸுன்னு ஒரு சத்தம். வாயுவா இருக்கும்னு நெனச்சேன். ஆனா ஒரு வாரமாச்சு. சத்தம் நின்னபாடில்ல. இதோ, இப்பக்கூட கேட்டுக்கிட்டே இருக்குங்கய்யா. ரொம்ப தொந்தரவா இருக்கு.”

“திருவாரூர்ல அய்யாச்சாமின்னு ஒரு டாக்டர் இருக்காரு. நல்லாப் பாப்பாரு. அவருகிட்ட கொண்டுபோயி காட்டு.

என்னா, ஏதுன்னு கண்டுபுடிச்சு அதுக்குத் தகுந்தாப்ல மருந்தெழுதி குடுத்துடுவாரு."

தாத்தா பத்து ரூபாய் தந்து அட்ரஸ் குறித்துக் கொடுத்தார். நாராயணன் திருவாரூர் சென்று காண்பித்துவிட்டு நேராக இங்குதான் வந்தார். தாத்தா திண்ணையில் நாற்காலி போட்டு அமர்ந்திருந்தார். மரத்தாலான சாய்வு நாற்காலி அது.

நாற்காலியின் கை வழுவழுவென்று நீளமாக இருக்கும். உடலை கிடத்திக் கொள்ளும் பகுதியில் வரிசையாக துண்டுப்பலகைகள் பொருத்தப்பட்டிருக்கும். மாலை நேரம் காபி குடிக்க, புத்தகம் படிக்க, ஆட்கள் வந்தால் பேசிக்கொண்டிருக்க தாத்தாவுக்கு அது வேண்டும்.

அவர் உட்காராத சமயங்களில் நான் அதை ஆக்கிரமித்திருப்பேன். என்னைப் போல் இருவர் படுத்துக்கொள்ளலாம். அவ்வளவு பெரிசு. நாராயணன் முகம் சோர்ந்து போயிருந்தது. வெயிலில் வந்த களைப்போடு தாத்தாவின் காலருகில் அமர்ந்துகொண்டார்.

"என்னா சொன்னாரு...?"

"அவரு காதுக்கு பாக்குற டாக்டரு இல்லியாம். பொது டாக்டராம். இருந்தாலும், தனக்கு தெரிஞ்சவரைக்கும் இது குணப்படுத்த முடியாத வியாதிங்குறாரு."

நாராயணன் குரல் மெலிதாக வந்தது. தாத்தா விரல்களைக் கோர்த்து, கோர்த்து பிரித்தார். கால் கட்டை விரல்கள் தானாக சொடக்கிட்டுக் கொண்டன.

"எதுக்கும் காது டாக்டரப் போயிப் பாக்க சொன்னாரு. இந்தோ பாருங்க."

சட்டைப் பையிலிருந்து ஒரு காகிதத்தை எடுத்து நீட்டினார். பின் என்ன நினைத்தாரோ சடுதியில் கசக்கி எறிந்தார். முகத்தில் வியர்வை ஊறியிருந்தது. தலை முடி முன்நெற்றி வியர்வையில் படிந்து போயிருந்தது.

"அதையேன்டா கசக்கிப் போட்ட... ஒரு எட்டு போயிப் பாத்துட்டு வந்துரலாமில்ல."

பிரியம் | 73

“வேணாங்கய்யா. குணமாவாதுன்னு தெரிஞ்சும் எதுக்கு அலையணும். காசும் செலவாவும். கௌம்புறங்க...”

மெதுவாக எழுந்து போனார்.

அன்று மாலை நாராயணன் தன் மகனோடு தாத்தாவைப் பார்க்க வந்திருந்தார். எப்போதும் காலையில்தான் வருவார். அதுவும் பெட்டியோடு வருவார். இப்போது கையில் பெட்டியில்லை.

அவர் மகன் பெல் பாட்டம் பேண்ட்டும், பட்டை, பட்டையாக கோடுகள் போட்ட சட்டையும் அணிந்து சட்டைக் கைகளை முழங்கை வரை மடக்கி விட்டிருந்தது பார்க்க வேடிக்கையாக இருந்தது. கிருதா திமுசுக்கட்டை போன்ற வடிவத்தில் அடர்ந்திருந்தது. நாராயணன், மகனைத் தாத்தா காலில் விழச்சொன்னார்.

“மொத வகுப்புல பாஸ் பண்ணியிருக்காங்கய்யா. ஆசீர்வாதம் பண்ணுங்க.”

வலதுகையை கீழ்நோக்கி நீட்டிச் சொன்னார். சற்றே உள்ளடைந்திருக்கும் அவர் கண்களில் மின்னல் கீற்றொளி மின்னியது. தாத்தா சந்தோஷமாகத் தலையாட்டினார்.

“நல்லா இருடா... கஷ்டப்பட்டு உங்கப்பா படிக்க வச்சிட்டான். வேலைக்குப் போயி அவன் கஷ்டத்த நீ போக்கணும்.”

விபூதி மடலை எடுத்துவந்து நெற்றியில் இட்டுவிட்டார். பாட்டியைக் கூப்பிட்டு விபரம் சொன்னார்.

“நாராயணன் புள்ள டிகிரி வாங்கிட்டான்னா நமக்கெல்லாம் சந்தோஷந்தான். மனசுக்கு நிறைவா இருக்கு. அப்படியே ஒரு வேலைய தேடிக்கிட்டு அப்பனை உட்கார வச்சி சோறு போடணும். புரியுதா...?”

சிறு குழந்தைக்குச் சொல்வது போல சொல்ல நாராயணன் மகன் தலை மெல்ல அசைந்தது. தாத்தா இருபது ரூபாய் பணம் தந்தார். நாராயணனுக்கு இன்னும் ஏதோ தேவையாயிருந்தது போலத் தோன்றியது.

அவரது கண்களில் எதையோ எதிர்பார்த்த ஆவல் மிதந்தது. பாட்டி இருவரையும் இருக்கச் சொல்லிவிட்டு உள்ளே

போனாள். தாத்தா, நாராயணன் மகனிடம் வேலை விபரம் பற்றி விசாரித்துக் கொண்டிருந்தார்.

நாராயணன் தூணில் சாய்ந்தமர்ந்தார். இடதுகால் பாதத்தை வலது குதிகால் பின்புறம் பொருத்தி தொடையிடுக்கில் வேட்டியை மன்னிக் கொண்டு பவ்வியமாய் அமர்ந்திருந்தது சிரிப்பை வரவழைத்தது. அவர் மகன் கைகள் கட்டி நின்றபடி தாத்தாவின் கேள்விகளுக்கு பதில் சொல்லிக் கொண்டிருக்க, பாட்டி காபியோடு வந்தாள்.

“குடிங்க...”

தாத்தா அகன்றார். பாட்டியும் உள்ளே சென்றுவிட, நாராயணன் கண்கள் விரிந்தன. நாசி விடைத்துக்கொள்ள கையிலிருந்த காபியைப் பார்த்து தலை பெரிதாக அசைந்தது.

“ஐயா வூட்டு காப்பி சுவையா இருக்கும். குடிடா...”

மகனிடம் சொன்னவர், என்னைப் பார்த்துச் சிரித்தார். அப்போது கனிந்த பழம் போலிருந்தது அவர் முகம்.

“தம்பி காபி குடிச்சாச்சிங்களா...?”

நடுவில் திரும்பிக் கேட்டார். நான் தலையாட்டியதும் மறுபடியும் கொஞ்சம் கொஞ்சமாக காபியைக் குடித்தார். குடித்துவிட்டு மகனிடமிருந்த தம்ளரையும் வாங்கி தெருவிலிருந்த அடி பைப்பில் நான்கைந்து முறை அலம்பிக் கொண்டுவந்து நிலைப்படியருகில் வைத்தார்.

“வர்றங்கய்யா... தம்பி வரட்டுங்களா... ஐயாவோட பேரப்புள்ள. நல்ல சுதாரிப்பு... தங்கமான புள்ள...”

மகனுடன் பேசியபடியே நடந்தார். தெருமுனை சென்று திரும்பும் வரை நான் அவரைப் பார்த்துக் கொண்டிருந்தேன். ஒரு நேர்கோடு போலிருந்த அந்த உருவம் சற்று சாய்மானமாக நடைப் போட்டு நடந்து போனது.

சில பேர் வந்துவிட்டு போகும்போது இருந்ததை எடுத்து சென்றுவிடுவதுபோல் மனம் வெற்றிடமாகிப் போகும். நாராயணன் செல்லும்போது எனக்கு அப்படித்தான் தோன்றும்.

நான் வெறிச்சிட்ட தெருவை வெறித்தபடி திண்ணையில் அமர்ந்திருந்தேன்.

அதற்கடுத்த இரண்டாவது நாள் நாராயணன் இறந்து போனார். மாரடைப்பு... சாப்பிட்டு உட்கார்ந்தவர் அப்படியே சரிந்து விட்டாராம். துக்கத்துக்குத் தாத்தாவும், அப்பாவும் போய் வந்தனர். காரிய செலவுக்குத் தாத்தா பணம் கொடுத்ததாக, பேசிக் கொண்டதிலிருந்து தெரிந்தது.

தாத்தா ஒரு வாரம் யாருடனும் பேசவில்லை. மௌனமாகவே இருந்தார். அவர் சகஜநிலைக்குத் திரும்ப வெகுநாட்களானது. திண்ணைகள் நாராயணனை ஞாபகப்படுத்தின. மறக்கவே முடியாத சாமான்ய மனிதனாக அவர் என் மனதில் பதிந்து போயிருந்தார்.

அவர் இறந்து ஐந்தாறு வருடங்கள் கழித்து ஊரில் சலூன் கடை திறக்கப்பட்டது. சுழலும் நாற்காலியுள்ள சலூன் கடை. அவருடைய மார்பளவு புகைப்படம் சட்டமிடப்பட்டு சுவரில் மாட்டப்பட்டிருந்தது. கடை திறந்தவுடன் அதைக் கும்பிடாமல் தொழில் தொடங்கமாட்டான் அவருடைய மகன் என்று எல்லோரும் பேசிக்கொண்டார்கள்.

◆◆◆

இயற்கை

சுவர்க்கோழிகள் ரீங்கரித்த அந்த நள்ளிரவு வேளையில் வெள்ளித்தகடு கணக்காய் ஜொலித்த நிலவு, காய்ச்சிய பாலாய் ஒளியை ஜன்னலிடை வழியாக அறையின் நடுமையத்தில் கொட்டியது.

அறைச்சுவருக்கு பத்தடி தள்ளி தளதளத்து நின்றிருந்த வேப்பமரம் அநியாயத்துக்குப் பூத்திருந்ததில் மணமற்ற காற்று கமகமத்து மணத்தது.

காஞ்சனா மெல்ல கையூன்றி எழுந்தாள். விடிவிளக்கு வெளிச்சத்தில் சுவர்க்கடிகாரம் இரண்டு காட்டியது. எப்போதும் நடு இரவில் வயிறு முட்டி விழிப்பு ஏற்படுவது இயல்புதான்.

இன்றும் அப்படி எழுந்திருந்திருக்கலாம். இயற்கை உபாதையை தணித்துக்கொள்ள எழுந்துதானே ஆகவேண்டும்.

முட்டிய வயிற்றை லேசாக்கி படுத்துக்கொண்டால் தவித்த குழந்தை தாயைக்கண்டதும் ஓடிவந்து அணைத்துக்கொள்ளுமே. அப்படி தூக்கமும் தழுவிக் கொள்ளும். ஆனால் இன்று வயிறு முட்டுவதற்கு முன்பே விழிப்பு ஏற்பட்டுவிட்டது.

காஞ்சனா விளக்கைத் தட்டி கழிவறைக்குள் நுழைந்தாள். ஒருநிமிடம் சிறுநீர் கழிக்காமல் கண்கள் மூடி நின்றிருந்தாள். அந்த நேரத்திலும் சுவரில் இரண்டு பல்லிகள் விளையாடிக்கொண்டிருந்தன.

அவற்றில் ஒன்றின் டிக், டிக் ஒலியில் கண்களைத் திறந்தவள் வெளிர்மஞ்சள் நிற திரவத்தை வெளியேற்றி கால் கழுவி வெளியே வந்து விளக்கணைத்தாள்.

கட்டிலுக்கும், கழிவறைக்கும் இடைவெளி சற்று அதிகம். அந்த இடைவெளியில்தான் நிலவு வெளிச்சம் உமிழ்ந்திருந்தது. அந்த வெளிச்சத்தின் நடுவே ஜன்னல் கம்பிகள், கோடுகளாய் நிழல் பரத்தியிருந்தன.

காஞ்சனா நடந்தபோது சுவரில் அவளின் நிழல் கலைந்த தலையுடன் கூடவே நடந்தது. அவள் நின்று நிலவை வெறித்தாள்.

நிலவு எப்போதும் போல தகதகத்தாலும் அன்றென்னவோ அது தனி தேஜஸுடன் இருப்பதாக முதல் நாளிரவு நினைத்துக் கொண்டது ஞாபகத்துக்கு வந்தது.

காஞ்சனா நிலவிடமிருந்து பார்வையைப் பிரித்து கட்டில் மேல் போட்டாள். சபாபதி அசையாமல் படுத்திருந்தார். கையிலிருந்ததை வெடுக்கென்று பறித்துக்கொண்டது போல தூக்கம் தொலைந்ததற்கு அதைத்தவிர வேறெந்த காரணத்தை சொல்ல முடியும்.

எப்போதும் போலத்தான் அது நிகழ்ந்தது. தூக்கக் கலக்கத்தில் புரண்டு படுத்தவளுடைய கை சபாபதி மேல் பட்டதுமே காஞ்சனா மின்சாரம் தாக்கியதுபோல எழுந்துவிட்டாள். அப்போது மணி ஒன்றரையிருக்கும்.

தெரு நாயொன்று விடாது அழுது கொண்டிருந்தபோதே உள்ளுக்குள் பதைப்புதான்.

இழவெடுத்த நாய் யாருடைய இழவுக்கு இப்படி அழுகின்றதோ என்றெண்ணியதோடு அதை வாய்விட்டும் கூறியபடியே இரவு உணவைத் தயாரித்துக் கொண்டிருந்தவளைப் பார்த்து சபாபதி சிரித்தார். பின்,

"தனி நபர் சுதந்திரம் பத்தி நீ கேள்விப்பட்டதில்லையா... இங்கே நபருக்கு பதில் நாய். அதுக்கு என்ன மனத்தாங்கலோ. உட்கார்ந்து அழ வீடோ, ஆறுதல் சொல்ல உறவுகளோ இல்லாததுனால அது நடுத்தெருவுல நின்னு அழுவுது. அதைப் பெரிசா எடுத்துக்கிட்டு புலம்ப ஆரம்பிச்சிடாதே..." என்றார்.

"இங்கே ஒவ்வொரு நிகழ்வுக்கும் ஒரு கற்பிதம் இருக்கு. நான் அதை நம்பறேன்" என்று காஞ்சனா அழுத்தந்திருத்தமாக சொன்னாள்.

ஒவ்வொருமுறையும் புதிது, புதிதாக உருவாகும் வாக்குவாதங்கள் ஒரு கட்டத்தில் இருவரையும் அயர்ச்சியடைய செய்தது. முடிவிலியற்ற தொடர்ச்சியான வாக்குவாதத்தில் இறுதியாக மௌனம் முற்றுப்புள்ளி வைத்தது..

பால் சார்ந்த ஈர்ப்பு மறையத் தொடங்கிய வேளையில் வாக்குவாதங்கள் சிறுகொடியாய் துளிர்விட்டு அடர் மரமாய் கிளைபரப்பி தழைத்தன. இருவருக்கு மட்டுமேயான வாழ்க்கையில் பல சமயங்களில் வாக்குவாதங்களே இடைவெளிகளை நிரப்பின.

காஞ்சனா எழுந்து வரவேற்பறைக்கு வந்து விளக்கைப் போட்டாள். வரவேற்பறையில் இரண்டு ஒற்றை சோபாக்களும், மூலையில் ஒரேயொரு டிவியும் மட்டுமே.

இடத்தை அடைப்பது சபாபதிக்கு பிடிக்காது. ஒரேயொரு பிளவர்வேஸ் வைக்க காஞ்சனா போராடிப்பார்த்தாள். மனுஷன் அசையவில்லை.

"இருக்கறது போதும். மேல, மேல சேர்க்கவேண்டாம்" என்று விட்டார்.

காஞ்சனா பெருமூச்செறிந்து சுவரில் மாட்டியிருந்த புகைப்படத்தை உன்னித்தாள்.

நாற்பது வருடங்களுக்கு முன்பு எடுக்கப்பட்ட கருப்பு, வெள்ளைப் புகைப்படம் அது. திருமணமான புதிதில் வீட்டுக்கு அருகிலிருந்த ஸ்டூடியோவில் எடுத்தது.

மெருகு குலையாத இளம் மனைவியாக அவளும், கம்பீரமான ஆண்மகனாய் அவரும் சிரித்தபடி பார்த்துக்கொண்டிருக்கும் அந்தப் புகைப்படத்தை ஆரம்பத்தில் பார்த்து, பார்த்து பூரித்துப்போனவளுக்கு வரவர பார்க்கும் ஆர்வம் குறைந்து அலுப்பு தட்டிவிட்டது.

எதேச்சையாக பார்க்க நேர்ந்தாலும் கண்களை நகர்த்திக் கொள்ளும் லாவகம் அவளுக்கு வந்து விட்டிருந்தது.

இயற்கை | 79

சுவருக்கு கனத்த சுமைபோல அந்த புகைப்படம் அங்கு தொங்கிக்கொண்டிருந்தது.

சபாபதி அதைப் பார்த்து ரசித்ததாக அவளுக்கு ஞாபகமில்லை. எதிரில் கிடக்கும் சோபாவிலமர்ந்து தினசரிகளைப் புரட்டுபவர் அனிச்சையாகக்கூட நிமிர்ந்து ஒருபார்வை பார்த்ததில்லை.

வீட்டுக்கு வருபவர்கள் அந்தப் புகைப்படத்தைப் பற்றி சிலாகிக்கும்போது மனிதர் தனக்கு சம்மந்தமில்லாததுபோல அமர்ந்திருப்பார்.

காஞ்சனா மெல்ல நகர்ந்து அறையை எட்டிப்பார்த்தாள். வயிற்றுக்குள் கத்தியை சொருகுவது போல சிலீரென்றிருக்க, அவசரம், அவசரமாக சமையற்கட்டுக்கு வந்து பானையிலிருந்து தண்ணீர் வார்த்து குடித்தாள்.

இரவு ஊற்றிய அடையின் மிச்ச துணுக்குகள் தோசைக்கல்லின் ஓரத்தில் ஒட்டி காய்ந்து கிடந்தன. கரப்பான்பூச்சியொன்று திடீர் வெளிச்ச உற்பத்தியில் பயந்து சிலிண்டருக்குப் பின் பதுங்கியது.

"அடை செரிக்கறதில்ல. எனக்கு ஒரு டம்ளர் பால் போதும்" என்ற சபாபதியின் மேல் காஞ்சனாவுக்கு கோபம் வந்தது.

"முன்னாடியே சொல்லியிருந்தா உப்புமா செஞ்சிருப்பேனே..." என்றாள் குரலில் கடுமை காட்டாது.

"ஒருவேளை சாப்பிடலேன்னா எடை குறைஞ்சிடாது."

அவர் சொல்லிவிட்டு டபரா, டம்ளரை எடுத்து மேடைமேல் வைத்தார்.

காஞ்சனா ஆசை, ஆசையாய் தயாரித்து தரும் உணவுகளை சபாபதி பாகுபாடின்றி ஒரேமாதிரி உண்பார்.

அதுகூட ஒருவித துரோகம் என்று அவளுக்குத் தோன்றும். எதிர்பார்ப்புகளை சுமந்து எதிரில் நின்றிருக்கும் நபருக்கு ஒரு புருவ உயர்த்தலோ, புன்னகையோ கூட போதும். மனம் நிறைந்துவிடும்.

"தினமும் சாப்பிடறப்ப நல்லா இருக்கு, இல்லைன்னு வாய் ஓயாம சொல்றது ட்ரமாட்டிக்கலா இருக்கும்னு எனக்குப்படுது"

என்றார் ஒருநாள். சரிதான் என்று நினைத்துக்கொண்டாள் காஞ்சனா.

சமையலறையின் இடது மூலையில் ஜன்னலுக்கருகில் சதுர வடிவில் சிறிய மேசையும், இரண்டு நாற்காலிகளும் சற்று மங்கிய நிறத்தில் கிடந்தன. ஜன்னலை ஒட்டியபடி கிடக்கும் நாற்காலி காஞ்சனாவுடையது.

சாப்பிடும்போது வெளியே வேடிக்கை பார்த்துக்கொண்டே சாப்பிட அவளுக்குப் பிடிக்கும். பதினைந்தடி தள்ளி அடுத்த வீடு. இடைப்பட்ட இடத்தில் சபாபதி பூச்செடிகளை பயிரிட்டிருந்தார்.

அதில் பூக்கும் வண்ண, வண்ண மலர்களை ரசித்தபடியே சாப்பிட்டால் பிடிக்காத உணவும் உள்ளே போகும். சபாபதிக்கு தோட்டக்கலையில் ஆர்வமிருந்தது காஞ்சனாவை ஆச்சர்யப்பட வைத்தது.

"இந்தமட்டும் ரசனையோட இருக்கீங்களே..." என்றாள் ஒருநாள்.

காஞ்சனா மெல்ல மேஜைக்கருகில் சென்றாள். இரவு பால் குடித்துவிட்டு எழுந்ததற்கு அடையாளமாக சபாபதியின் நாற்காலி லேசாய்ப் பின்னுக்குத் தள்ளப்பட்டிருந்தது.

சிறிதுநேரம் நாற்காலியை உற்றுப்பார்த்துக் கொண்டிருந்தவள் மெதுவாக சமையலறையைவிட்டு வெளியே வந்தாள். ராதாவும், நரேனும் பள்ளியில் படித்துக்கொண்டிருந்தபோது கட்டப்பட்ட வீடு அது.

சுற்றிலும் விஸ்தாரமான இடத்தோடு, தாராளமாய் உள்நுழைந்த காற்றை அள்ளிக்கொண்ட தெற்கு பார்த்த வீடு.

காஞ்சனாவுக்கு அடிக்கடி கால்கள் மரத்துவிடும். அப்போது சுவரைப் பற்றியபடி கால்களைத் தரையில் அழுந்தப் பதியவைத்து நடப்பாள். சுவரில் அவள் கைபட்ட இடத்தில் லேசாக அழுக்குப் படிந்திருக்கும். அதைத்தவிர முகத்திலறையும்படியாக வீட்டில் எந்தக் குறையுமில்லை.

காஞ்சனா பின்பக்க அறைக்கு வந்தாள். அறையில் ஒருபக்கம் சபாபதியின் புத்தக அலமாரியும், அதற்கு நேரெதிர்த்தாற்போல் தையல்மிஷினும் கிடந்தன. மனிதர் புத்தகத்தைப் பிரித்து

வைத்துக்கொண்டு அமர்ந்தால் நேரம் போவது தெரியாமல் வாசிப்பார்.

மணித்துளிகளை விழுங்கிவிடும் அவருடைய வாசிப்பு. காஞ்சனாவுக்கு ஆரம்பத்தில் ஆச்சர்யமாக இருந்தது. போகப்போக பழகிவிட்டது. புனைவுலகை விரும்புகிறவர்கள் நிஜ உலகை அவ்வளவாக நேசிக்கமாட்டார்கள் என்று அவள் தனக்குத்தானே முடிவுசெய்து கொண்டாள்.

முதல் நாளிரவு சபாபதி வாசித்த ‘வந்தார்கள், வென்றார்கள்’ புத்தகம் சாய்வு நாற்காலியில் முதுகு காட்டி உடல்பரத்திக் கிடந்தது. எப்போதும் படித்து முடித்ததும் அடையாளம் செருகி அலமாரியில் வைத்துவிடும் பழக்கமுடையவர் அன்று அதை அப்படியே விட்டிருந்தார்.

காஞ்சனா புத்தகத்தை மூடி அலமாரியில் வைத்தாள். அவள் தையல் மிஷினில் துணியை ஓட்டும்போது சபாபதி கவனம் சிதறாது படித்துக் கொண்டிருப்பார்.

“சத்தம் இடையூறா இருந்தா நான் அப்புறம் தைச்சிக்கறேன்.”

ஒருமுறை சொன்னபோது புத்தகத்திலிருந்து பார்வையை விலக்காமல் தலையை மட்டும் அசைத்தார்.

‘நீ, உன் வேலையைப் பார், நான், என் வேலையைப் பார்க்கிறேன்’ என்பதாக இருந்தது அதன் பொருள்.

சபாபதி அளந்துதான் பேசுவார். அனாவசிய அரட்டை அவரிடம் கிடையாது. காஞ்சனாவுக்கு கலகலவென்று பேசவேண்டும். இருபத்திநான்கு மணிநேரமும் பேசச்சொன்னாலும் பேசுவாள். உண்டியல் பெட்டி என்று பிள்ளைகள் கேலி செய்வர்.

காஞ்சனாவுக்கு மறுபடியும் வயிறு முட்டிற்று. வயதாக, ஆக சிறு விஷயத்திற்கும் பெரிதாய் எதிர்வினையாற்றியது உடல்.

உடனே கழிவறைக்குச் செல்லாவிட்டால் உள்பாவாடை நனைந்து போகும் அபாயம் உண்டாக, அவள் அதே அறையிலிருந்த கழிவறையை உபயோகப்படுத்திக்கொண்டாள்.

குளியலறையோடு இணைந்த கழிவறை அது. சபாபதி அங்குதான் குளிப்பார். பெரும்பாலும் இருவேளை குளியல் உண்டு.

மே மாத வெக்கையைத் தணித்துக்கொள்ள இரவு ஏழு மணிக்குமேல் குளிப்பவர் துண்டை நனைத்து, பிழிந்து உடலைத் துவட்டிக்கொண்டு அதை அப்படியே கம்பியில் உலர்த்திவிட்டுவிடுவார்.

தும்பைப்பூ நிறத்தில் துண்டு பளீரென்றிருக்கும். கம்பியில் கிடந்த துண்டு, திரும்பிய காஞ்சனாவின் முகத்தில் உரசியது. கருஞ்சிவப்பு நிறத்தில் ருத்ராட்ச பார்டர் போட்ட துண்டு. சபாபதிக்கு மிகவும் பிடிக்கும்.

“என் தாத்தா போர்த்தியிருப்பார். அதனாலோ என்னவோ எனக்கு அதுமேல அலாதி பிரியம்” என்று ஒருநாள் அதற்கான காரணத்தை சொன்னார்.

‘துண்டு மேல பிரியம் வைக்கிற அளவுக்கு நீங்க அவ்வளவு சாதாரணமானவர்தானா...’ என்ற அவளின் பார்வையை புரிந்து கொண்டவர் சிரித்தார்.

“நான் ஒண்ணும் ஜடம் இல்லம்மா. விருப்பு, வெறுப்பு நபருக்கு நபர் மாறுபடும். ரசனைகளும்தான். உன்னுடைய எல்லைக்கோடுகள் ஒருபக்கம் விரியும்போது என்னுடையது வேறுபக்கம் விரியுது. அவ்வளவுதான்” என்றார் ஸ்பஷ்டமாக.

சபாபதியைப் பற்றிய ஞாபகங்கள் மூளையின் அடுக்குகளிலிருந்து உதிர்ந்து கொண்டேயிருந்தன. காஞ்சனா படுக்கையறைக்குத் திரும்பினாள்.

சபாபதி நேர்கோடாய்ப் படுத்திருந்தார். அருகில் அவருடைய போர்வை பிரிக்கப்படாமல் கிடந்தது. மின்விசிறியின் வேகமான சுழற்சியில் அவரது வெண்கேசம் சிலும்பிற்று. நாற்பத்தைந்து வயதிலேயே அவருக்கு முக்கால்வாசி நரைத்துவிட்டது.

“டை போட்டுக்குங்க...” என்றாள் காஞ்சனா. அவர் இணங்கவில்லை. பிள்ளைகள் பிடிவாதம் செய்தபோதும் அசைந்து கொடுக்கவில்லை.

“உங்கப்பாவுக்கு கல்மனசு. பாரு, எவ்ளோ சொல்லியும் கேட்கமாட்டேங்கறாரு...” என்று காஞ்சனா மகளிடம் குறைப்பட்டாள்.

“மாற்றத்தை ஏத்துக்கற மனப்பக்குவம் உனக்கில்ல. முதல்ல நீ மாறு காஞ்சனா...” என்றார் சபாபதி.

காஞ்சனா மெல்ல அவரருகில் வந்து மூலையில் கிடந்த மோடாவை இழுத்துப்போட்டு அமர்ந்தாள். இரு கைகளையும் சேர்த்து அவரது வலது கையை சிறைப்படுத்திக்கொண்டாள். கண்களிலிருந்து சரம், சரமாய் கண்ணீர் உதிர்ந்தது.

திருமணத்தன்று கரத்தோடு, கரம் சேர்த்துக்கொண்டபோது முதன்முதலாய் மனதில் எழுந்த உணர்வு நாற்பது வருடங்களைக் கடந்துவிட்ட நிலையிலும் அவளுக்கு நன்றாக ஞாபகமிருக்கிறது.

ஒரு இனம்புரியாத கிளர்ச்சி மனதில் மின்னலாய் பாய, அவள் கன்றுக்குட்டிபோல அவரின் கைப்பற்றி அக்கினி வலம் வந்தாள்.

ஒரு கம்பீரமான ஆணின் பின்னால் அப்படி நாணம் படர நடந்து வருவது அவளுக்கு அவ்வளவு பிடித்திருந்தது.

ஒரு முரடான மூங்கில் கழியைத் தழுவிப் படரும் மென்கொடி போல அவள் தன்னைக் கற்பனை செய்துகொண்டாள். திரைப்படங்களில் வரும் கதாநாயகனின் சாயலை ஒத்திருந்த சபாபதியை அவள் அடிக்கடி கீழ்க்கண்ணால் பார்த்துக்கொண்டாள்.

தோழிகள் பரிகாசம் செய்தபோது அது அவளுக்கு அவ்வளவு பிடித்திருந்தது. அம்மா, அப்பா, அத்தை, சித்தி, அண்ணன், தம்பி உறவுகளிடையே பழகியவளுக்கு கணவன் உறவு புது சுகத்தைத் தந்தது.

ரோஜாப்பூமாலை கசகசத்த கழுத்தில் சபாபதி கட்டிய மஞ்சள்கயிறு உரசியபோது உடல் சிலிர்த்தது. மாலையை சரிசெய்வதுபோல் அடிக்கடி கயிறைத் தடவிப்பார்த்தாள்.

கால் விரலில் குறுகுறுத்த மெட்டி அடிக்கடி கண்ணில் பட்டு பரவசத்தைத் தந்தது. நடு வகிட்டில் சபாபதி இட்ட குங்குமம் முகத்துக்கு தனி சோபையை தந்துவிட்டதாக அவள் நினைத்துக்கொண்டாள்.

வாழ்க்கை அவ்வளவு சுகமானதல்ல, அதற்காக அவ்வளவு சோகமானதுமல்ல என்று புரிந்துகொள்ள அவளுக்கு கொஞ்சம் அவகாசம் தேவைப்பட்டது.

அடுத்தவீடு, எதிர்வீடுகளில் உண்டாகும் பிரச்சனைகள், சண்டைகள், மரணங்கள் ஆரம்பத்தில் அதிர்வலைகளை

ஏற்படுத்தினாலும் நாளடைவில் அவள் அனைத்தையும் கடந்து போகப் பழகிக்கொண்டாள்.

"எதிர்வீட்டு பார்த்தசாரதி, இறந்துட்டார்..." என்றோ,

"பக்கத்துவீட்டு கைலாசத்து பொண்ணுக்கு டைவோர்ஸ் கிடைச்சிடுச்சு" என்றோ எளிதாக சொல்லிவிட்டு கைவேலையில் கவனம் பதிக்க அவள் தேர்ச்சி பெற்றிருந்தாள்.

காஞ்சனா மணி பார்த்தாள். கடிகாரம் ஐந்து காட்டியது. சற்றுநேரத்தில் பொழுது விடிந்துவிடும். டெல்லியிலும், பெங்களூரிலும் இருக்கும் ராதாவும், நரேனும் பிளைட்டைப் பிடித்து அரக்கப்பரக்க ஓடிவந்தாலும் எப்படியும் காரியம் முடிய இரவாகிவிடும்.

காஞ்சனா முகம் கழுவி மறுபடி சபாபதி அருகில் வந்தமர்ந்தாள். நிச்சலனமின்றி, இருப்பு நிலையில் சவுகர்யமாய் உணர்கிறேன் என்பதாய் காட்டியது அவருடைய அமைதியான முகம்.

ஒரு ஆழமான பார்வையால் அவரை நனைத்தவளுடைய வயிற்றில் கனத்த தீ மூண்டது. எப்போதும் ஐந்தடிக்க காத்திருக்கும் வயிறு அதற்கப்பால் ஒருநொடிகூட பொறுப்பதில்லை. சோகமோ, சுகமோ அது தன் காரியத்தில் கவனமாயிருந்தது.

காஞ்சனா சமையலறைக்கு வந்தாள். பிரிட்ஜைத் திறந்து பால்பாக்கெட்டை எடுத்து, கத்தரித்து கிண்ணத்தில் ஊற்றி அடுப்பிலேற்றினாள்.

இரவே இருவருக்குமாய் இறக்கி வைத்திருந்த டிகாஷனில் பாதியை டம்ளரில் ஊற்றி சர்க்கரை சேர்த்து, பொங்கிவந்த பாலை நுரைக்க ஊற்றி இரண்டுமுறை ஆற்றி குடித்தாள்.

காபி உள்ளுக்குள் இறங்கியதும் வயிறு அமைதியானது. மீதமிருந்த சபாபதிக்கான டிகாஷனை இரண்டாம் காபிக்காக மேடையின் மூலையில் நகர்த்தி வைத்தாள்.

மறுபடியும் அடுத்த அரைமணி நேரத்தில் இன்னொருமுறை குடித்துவிட்டால் வயிறு மூன்றுமணி நேரம் தாக்குப்பிடித்துவிடும் என்று தோன்றியது காஞ்சனாவுக்கு.

❖❖❖

மெத்த

துரைராசு மெத்தையைத் தடவிப்பார்த்தான். சுந்தரம் ஐயா வீட்டு இட்டலி போல மெத்தை மெத்மெத்தென்றிருந்தது. வேலாயி மெத்தையில் சுருண்டு படுத்திருந்தாள். நான்குநாட்களுக்கு முன்வரை ஓரம் கிழிந்த கோரைப்பாயில் கிடந்தவளுக்கு வாழ்வு வந்துவிட்டதென்று எல்லோரும் பேசிக்கொண்டார்கள்.

“தொர்ராசு... ஒங்க ஆத்தாளுக்கு வந்த வாழ்வப் பாத்தியா... போற காலத்துல பஞ்சி மெத்தையில படுக்கணும்னு எளுதியிருக்கும் போல...” என்று சரசுகூட சொல்லிச் சிரித்தாள்.

“பாயில படுக்க முடியலடா. மேலெல்லாம் முள்ளு, முள்ளா குத்துது” என்று வேலாயி புலம்பியதை செல்வமணி அப்படியே மாடசாமியிடம் சொல்ல மறுநாளே ஒரு ஆட்டோவில் மெத்தை வந்து இறங்கிவிட்டது. மாடசாமி, செல்வமணியின் பெரியப்பா மகன். ஆனால் வளர்த்ததெல்லாம் வேலாயிதான்.

“பெத்தவ இவளா, அவளான்னு தெரியலியே...” என்று ஊர்சனம் ஆச்சரியப்படும். மாடசாமியும், செல்வமணியும் வேலாயியின் இடுப்பின் இரண்டுபக்கமும் எப்போதும் இருப்பார்கள்.

மூத்தாரு புள்ளயும் எம்புள்ளமாரிதான்...” என்பாள் வேலாயி.

அந்தப்பாசம்தான் மெத்தை வாங்கித் தரச் செய்தது. மாடசாமி அரசாங்கத்தின் கடைநிலை ஊழியனென்றாலும் செல்வமணியைவிட பொருளாதாரத்தில் ஒருபடி உயர்ந்தவன்.

செல்வமணிக்கு சாண் ஏறினால் முழம் சறுக்கிற்று. விவசாயம் செய்த புண்ணியம். துரைராசு பிள்ளைகளைக் கூட்டிவந்து மெத்தையைக் காட்டினான்.

"தொட்டுப் பாக்கலாமாடா...?"

ஒருவன் கேட்டான்.

"ஓங்கையெல்லாம் புளுதி அப்பியிருக்கு. இதோட தொட்டீன்னா மெத்த அழுக்காயிரும். அப்புறம் எங்கப்பா வஞ்சும்."

"நீ தொட்டுப் பாத்துருக்கியா...?"

இன்னொருவன் கேட்க, துரைராசுவின் தலை பெரிதாக அசைந்தது. கடந்த நான்கு நாட்களாக போகும்போதும், வரும்போதும் அவன் கைகளைச் சட்டையில் அழுந்த துடைத்துக்கொண்டு தொட்டுப்பார்ப்பதை வழக்கமாக வைத்திருந்தான்.

மெத்தை கெட்டியான வெள்ளைக்காடாவில் தைக்கப்பட்டிருந்தது. வெள்ளை என்றால் அரைவெள்ளைதான். இருந்தும் சாணம் மெழுகிய தரையில் அது தும்பைப்பூப்போல தெரிந்தது.

செல்வமணி அடியில் கோரைப்பாயை விரித்து மேலே மெத்தையைப் போட்டிருந்தான். குடிசைக்குள் அது பொருந்தாத பொருளாக காட்சி தந்தது. தோல் சுருங்கிய வேலாயியை அதில் கிடத்தியபோது மெத்தையின் லட்சணம் குறைந்துவிட்டாற்போல் எல்லோருக்கும் தோன்றியது.

"ஒரு ஒற தச்சாந்து போடணும். இல்லாட்டி மெத்த அழுக்காயிரும்."

மெத்தையைப் பார்க்க வந்த பக்கத்துத்தெரு வாலாம்பா அதை நோட்டம் விட்டபடியே சொன்னாள்.

வேலாயியைப் பார்க்க வருவதைவிட மெத்தையைப் பார்க்கவே அதிக கூட்டம் கூடியது.

“ஒற தக்க காசுக்கெங்க போறது. மெத்த வாங்கிக்குடுத்த மவராசனே ஒறயும் தச்சாந்து போட்டாத்தான் உண்டு” என்றாள் சரசு.

அவளுக்கு உள்ளூர நமைச்சலாக இருந்தது. கிழவிக்கு அடித்த யோகத்தில் அவள் கறுவிக்கொண்டிருந்தாள். மாடசாமி மெத்தை வாங்கித்தர அவன் மனைவி சம்மதித்ததே பெரிய விஷயம். இதில் உறையாவது, ஒண்ணாவது...

மெத்தை அந்தப் பத்து நாட்களுக்குள் ஆங்காங்கே அழுக்கடையத் தொடங்கியது. தண்ணீர்க்கறை பட்ட இடங்களில் குட்டி, குட்டி நாடுகளின் வரைபடங்கள் உருவாயின.

வேலாயி கஞ்சிக்குடித்தபோது கைதவறி மெத்தையில் சிந்தினாள். சிந்திய கஞ்சியை கையால் வழித்தெறிந்தாள். அதுவும் கறையாகிப்போனது. துரைராசு கவலையுடன் பார்த்துக்கொண்டிருந்தான்.

மெத்தையில் ஒருநாளாவது படுத்துவிட வேண்டுமென்று அவனுக்கு ஆசை. ஒற்றை மெத்தை அது. அதில் வேலாயி கோணல்மாணலாக படுத்துக்கிடந்தாள்.

“ஒங்காத்தா அதிஸ்டக்காரி...” என்றும்,

“குடிசைக்குள்ள மெத்த போட்டு ஒறங்குற மவராசி...” என்றும் நண்பர்கள் துரைராசுவிடம் கூறினார்கள்.

“எலவம் பஞ்சில தச்ச மெத்த... எப்புடியும் மூவாயிரம் ரூவா இருக்கும்” என்று சரசுவின் அண்ணன் ஒருமுறை வந்தபோது சொன்னான்.

துரைராசுவுக்கு மெத்தை மீதான மதிப்பு கூடிப்போனது. ஆரம்பத்தில் தடிமனாக இருந்த மெத்தை நாளாக, ஆக உயரம் குறைந்து சப்பையாகிப்போனதில் அவன் கலவரமானான்.

“மெத்த வீணாப்போயிருச்சாப்பா...?”

துரைராசு கவலையுடன் கேட்க, செல்வமணி சிரித்துவிட்டு,

“வீணால்லாம் போவல. பஞ்சி மெத்த அப்புடித்தான் நாளாவ, ஆவ அமுங்கிப்போயிரும்” என்றான்.

வேலாயிக்குப் பேரனின் ஆசை புரிந்ததோ, என்னவோ அடிக்கடி அழைத்து அருகில் அமரவைத்துக்கொண்டாள்.

"தொர்ராசு, இஞ்ச வா சாமி..." என்ற வேலாயியின் குரலுக்கு துரைராசு எங்கிருந்தாலும் பாய்ந்து வருவான்.

"ஆத்தாளுக்கு காலு நோவுது, புடிச்சி வுடு சாமி..." என்றோ,

"முதுவு அரிக்கிது. சொறிஞ்சிவுடு ராசா..." என்றோ அவள் சொல்லும் வேலைகளை மெத்தையிலமர்ந்து முகம் சுளிக்காமல் செய்வான்.

"மெத்த வாங்கிக் குடுத்தவுரு கலரு மெத்தையா வாங்கியாந்துருக்கக்கூடாது..." என்று சரசு ஒருநாள் முணுமுணுத்தது வேலாயிக்குக் காதில் விழுந்தது. அவளுக்கும் அதே நினைப்புதான்.

'ஒடம்பு நோவுதுன்னவுடனே மெத்த வாங்கிக்குடுத்தான். தானத்துக்கு குடுத்த மாட்ட பல்லப் புடிச்சி பாக்கக்கூடாது, ஆமா...' என்று தன் மனதுக்குக் கடிவாளம் போட்டுக்கொண்டாள்.

"பெரியய்யா வூட்லயும் இந்தமாரி மெத்ததான் இருக்கு" என்றாள் பக்கத்துவீட்டு கனகு. அவள் பெரியய்யா வீட்டில் வேலை செய்கிறாள்.

"நல்லா அடிக்கிற நீல நெறத்துல ஒற தச்சிப் போட்ருக்காங்க. அத வாராவாரம் தொவைக்கப்போடுவாங்க. அந்தமாரி இதுக்கு ஒற தச்சிப் போட்டா மெத்த வீணாவாம இருக்கும்" என்று அவள் யோசனை சொன்னது துரைராசுவுக்குப் பிடித்திருந்தது. செல்வமணியிடம் சொன்னான்.

"சரி பாக்கலாம்" என்றான் அவன். இப்பவோ, அப்பவோ என்று கிடக்கும் கிழவியின் ஆயுசுதானே அதற்கும். அதை உத்தேசித்து மகனை சமாதானப்படுத்தும் விதமாக அவன் சொன்னது துரைராசுவுக்கு சந்தோசத்தை தந்தது.

துரைராசு குண்டானில் பழையதை அள்ளிப்போட்டு மொக்கிக் கொண்டிருந்தான். பக்கத்தில் அலுமினிய சில்லிலிருந்த

முருங்கைக்கீரை போட்டு சுண்டிய சுண்டக்குழம்பை அவ்வப்போது தொட்டுக்கொண்டான்.

"பள்ளிகூடத்துக்கு கௌம்பிட்டியா ராசா...?"

மாத்திரையின் வீரியத்தில் தூக்கமும், விழிப்புமாக இருந்த வேலாயி கேட்டாள். அவள் தாட்டியமாக நின்று உழைத்தவள். ஒருவேலை தெரியாதென்பதில்லை. அப்படி ஒரு சுறுசுறுப்பு, வேலையில் ஒரு செய்நேர்த்தி.

இழுத்துப்போட்டு உழைத்ததில், போதுமான சத்து சேர்த்தியுமில்லாததில் உடம்பு பழுதடைந்து போனது.

துரைராசு கையலம்பி சட்டையில் கையை துடைத்துக்கொண்டு மெத்தை அருகில் வந்து நின்றான். வேலாயி கண்கள் மூடிக்கிடந்தாள்.

'ஆத்தா எப்ப சாவும்...?'

சட்டென உள்ளுக்குள் ஒரு கேள்வி முளைத்தது. நெடுநாளாக மனசுக்குள் புதைந்து கிடந்த கேள்வி இன்று தூர்விட்டுவிட்டது.

துரைராசு மெல்லக் குனிந்து வலதுகையை மெத்தையின் ஒரு நுனியில் வைத்து மெல்லமாய் தடவியபடியே இடது நுனிவரை வந்தான். மீண்டும் இடதிலிருந்து வலம். திரும்பவும் அப்படி இரண்டுமுறை.

"என்னாடா பண்ற..?"

சரசு, குரல்கொடுக்க, வேலாயி திடுக்கிட்டு கண்களைத் திறந்தாள். பேரன் அருகில் அமர்ந்திருப்பதைக் கண்டதும் வயிறு குழைந்தது.

"ஏஞ்சாமி, சோறு தின்னுட்டியா...?"

"தின்னுட்டன் ஆத்தா... நான் பள்ளிடம் போயிட்டு வாரன்" என்றவன் புத்தகப்பையை எடுத்து மாட்டிக்கொண்டு வெளியே வந்தான்.

மெத்தையில் படுத்துக்கொள்ள ஆசையாயிருந்தது. ஆத்தா போய்விட்டால் ஒத்தையாக மெத்தையில் படுத்துக்கொள்ளலாம். தெருப்பிள்ளைகள் எதிரில் கெத்து காட்டலாம்.

“மெத்தையில படுத்து ஒறங்குறப்ப ராசா கனவா வருதுடா...” என்று எடுத்துவிடலாம்.

ருசியாக தின்றதோ, பளிச்சென்று உடுத்தியதோ கிடையாது. அதற்கான ஆசைகளும் மனதில் குமிழிகளிட்டதில்லை. மூங்கில் காட்டில் வளரும் மூங்கில், தன் தன்மையிலேயே வளருமேயன்றி, ஆலின் தன்மையில் வளராது.

அதுபோல துரைராசு தன் தன்மையையொத்த சிறுவர்களுக்கு மத்தியில் வளர்ந்ததால் வளமையான அந்நியத்தன்மையைப்பற்றி கவனம் கொள்ளவில்லை.

புதிதாக மெத்தை வீட்டுக்குள் இடம் பிடித்ததும் மெல்லிய ஆசையொன்று ஊர்ந்தெழுந்து மனக்குறுக்காக ஓடிக் கொண்டிருந்தது. சதா அதில் படுப்பது பற்றிய எண்ணம் அவனை அழுத்திக்கொண்டேயிருந்தது.

பள்ளியில் இண்டெர்வெல் பீரியடில் சிறுநீர் கழித்தபடி அவன் அருகில் நின்றிருந்த சிறுவனிடம் சொல்லிக்கொண்டிருந்தான்.

“பெரியப்பா, ஆத்தாவுக்கு மெத்த வாங்கிக் குடுத்துருக்காரு. தொட்ட கையி பொதஞ்சி போயிரும். அம்புட்டு மெதுமெதுப்பு. சும்மா இல்ல, மூவாயிர ரூவா... இன்னிக்கி சாங்காலம் பள்ளிகூடம் வுட்டதும் வாரியா, காட்டுறேன்...”

கேட்டுவிட்டு கையில் தெறித்த சிறுநீரை டிராயரில் துடைத்து, உறுப்பை டிராயருக்குள் போட்டுக்கொண்டு ஜிப்பை மூடியபடியே கூட வந்தவன் தோளில் கைபோட்டு நடந்தான்.

“ஓங்காத்தா செத்துருச்சின்னா நீ அதுல படுத்துக்கலாம். ஒனக்கு யாரு போட்டி இருக்கா...” என்றான் அவன். துரைராசுவின் கண்கள் பெருமையில் மிளிர்ந்தன.

கிழிந்த கோரையை விரிக்கும்போது ஓரத்தில் கழன்று விழும் ஒற்றைக்கோரைகள் பாயை பலமிழக்கச் செய்து கொண்டிருந்தன. ஒவ்வொரு இரவும் சரசு பாய் விரிக்கையில் மாற்றுக்கோரை வாங்க செல்வமணியிடம் ஞாபகப்படுத்துவாள்.

“நூத்தம்பது, எரநூறாவும். அம்புட்டு காசுக்கு நானெங்க போறது. வர்ற காசு வாய்க்கும், கைக்குமே சரியா இருக்கு. கொஞ்சநாளு பொறு, பாக்கலாம்” என்பான் அவன்.

ஆத்தா போய்விட்டால் மெத்தையில் படுத்துக்கொண்டு சுமாரான தன்னுடையதை அவர்களுக்குத் தந்துவிடலாம் என்று துரைராசு நினைத்துக்கொண்டான்.

கருப்பு மசிக்குள் முக்கி எடுத்தது போன்ற இரவு. ஊதக்காற்றின் ஈரமான வீசலுக்கு தெருநாய்கள் உடல் குறுக்கி உறங்கிக்கொண்டிருந்தன. சரசுவின் பழைய புடவைக்குள் சுருண்டுக் கிடந்த துரைராசு வயிறு முட்ட புரண்டு படுத்தான்.

“யப்பா... சாமி... குளுரு புடுங்கி எடுக்குதே...”

வேலாயி தூக்கத்தில் முனகியதில் விழித்துக்கொண்டவனுக்கு அவள் போர்த்திக்கொள்ளாமல் படுத்துக்கிடந்தது தெரிந்தது. மெல்ல எழுந்து சென்று போர்வையை போர்த்திவிட்டவன் சிறிதுநேரம் அப்படியே நின்றிருந்தான்.

மெத்தைக்கு உரிமையாளன் என்கின்ற தோரணையில் அவனின் பார்வை அதன்மேல் நிலைத்திருந்தது.

‘ஆத்தா செத்துட்டா பெரிப்பா வந்து மெத்தைய எடுத்துட்டுப் போயிருவாரா...’

திடீரென்று அந்த எண்ணம் தோன்ற, துரைராசு திகைத்துப்போனான்.

‘அவர் வாங்கித்தந்ததை அவரே எடுத்துப்போனால் யார்தான் என்ன சொல்லமுடியும். கிண்ணத்தில் எண்ணெயோ, பருப்போ அக்கம்பக்கத்தினரிடம் கடன் வாங்கும் அம்மா அதை மறக்காமல் திருப்பி விடுகிறாளே. அப்படி இதுவும் திரும்பப்போய்விடுமோ...’

ஏதேதோ நினைவுகள் ஓடின. உடனே அம்மாவிடம் அதுபற்றி கேட்டுவிட மனசு துடித்தது. எழுப்பிக்கேட்டால் நாலு மொத்து மொத்துவாள் என்ற பயத்தில் மெல்ல அவள் கையைச் சுரண்டினான்.

“யம்மா... யம்மா...”

"... என்னாடா...?"

அவள் தூக்கக்கலக்கத்தில் எரிந்து விழுந்தாள்.

"வயித்த முட்டுதும்மா. ஒண்ணுக்குப் போவணும்."

"ஒன்னோட பெரிய ரோதனையாப் போச்சிடா... வந்துத் தொல..."

கோபத்தோடு வந்து கொல்லைக்கதவைத் திறந்துவிட்டாள்.

துரைராசு சிறுநீர் கழித்தபடியே அவளைப் பார்த்தான். சுவரில் தலை சாய்த்து கண்கள் மூடியிருந்தாள்.

"யம்மா... ஆத்தா செத்துப் போயிட்டா பெரிப்பா வந்து மெத்தைய கொண்டுக்கிட்டு போயிருவாரா...?"

கவலையோடு கேட்டான்.

"கூறுகெட்ட மூதி... எந்த நேரத்துல என்னா கேள்வி கேக்குற... ஒளுங்கா மூத்தரம் பேஞ்சிட்டு உள்ளாற வா. இல்லாட்டி கொல்லையில வச்சி தாப்பா போட்டுட்டு போயிருவேன்."

சரசு சுள்ளென்று விழ, துரைராசு மௌனமாக உள்ளே வந்தான்.

வேலாயியை கொல்லைப்புறம் தூக்கிவந்து குளிக்கவைக்கவும், மலம் கழிக்க வைக்கவும் செல்வமணிக்குச் சிரமமாக இருந்தது.

காய்ந்த குச்சி போல அவளிருந்தாலும் ஒற்றையாளாய் அவளை சுமந்து வரமுடியாது மூச்சிரைத்தது. அவன் சிரமம் புரிந்து சரசுவும் ஒரு கைப்பிடித்துத் தூக்கியதில் இடுப்பு நோவு கண்டது. வேலாயி இரண்டு நாட்களுக்கொருமுறை மலம் கழித்தாள். வாரம் ஒருமுறை குளிக்கவைக்கப்பட்டாள்.

"குளுரு காலம். அதனால வாரத்துக்கு ஒருமொற குளுப்பாட்டுறோம். கோடை ஆரமிச்சிருச்சின்னா தெனந்தெனம் குளுப்பாட்டணும். இல்லாட்டி ஒடம்பு புண்ணு கண்டு போயிரும். கெழவிய தூக்கி எடுக்குறதுக்குள்ள அடி தள்ளிப் போயிருது. அவருக்கும் வரவர முடியல. இன்னும் எத்தினிநாளுதான் இப்புடி தும்பப்படணுமோ தெர்ல..."

சரசு செல்போனில் முனகிக் கொண்டிருந்தாள்.

"ஆகாரம் செல்லுதா, இல்லியா...?"

மறுமுனையிலிருந்த அண்ணி கேட்டாள்.

"முன்னமாரி இல்ல. மூணுவேளைக்கிம் சேத்து ஒரு டம்பளர் கஞ்சி குடிச்சா பெரிய விசயம்."

"அப்ப சீக்கிரம் போயிரும், கவலப்படாத..."

அவள் ஆறுதல் சொல்ல சரசு பெருமூச்செறிந்தாள்.

"கொலதெய்வம் மாரி நீங்க சொல்றீங்க. நீங்க சொன்னாப்ல அது சீக்கிரமே போயி சேந்துருச்சின்னா சரிதான் ..."

இருவரும் பேசிக்கொண்டது திண்ணையிலமர்ந்து வீட்டுப்பாடம் எழுதிக்கொண்டிருந்த துரைராசுவின் காதில் விழுந்தது. அவனுக்கு ஒருபுறம் மகிழ்ச்சியாகவும், மறுபுறம் பயமாகவுமிருந்தது.

'பெரிப்பா வந்து மெத்தைய தூக்கிட்டுப் போயிருவாரோ...'

நாலாம்நாள் வேலாயி தூக்கத்திலேயே மரித்துவிட்டாள். உறவு சனம் குழுமிக்கிடந்தது. மாடசாமி வந்து கதறிவிட்டு போய் திண்ணையிலமர்ந்துகொண்டான். சரசு ஒப்புக்கு அழுது வைத்தாள். துரைராசு சுவரோரம் ஒண்டியிருந்தான்.

மெத்தைக்கு விடுதலை கொடுத்த வேலாயி பலகையில் கிடத்தப்பட்டிருந்தாள். சந்தன வாசனையோடு ஊதுபத்தி புகைந்து கொண்டிருந்தது. துரைராசுவுக்குள்ளும் சந்தோசப் புகைச்சல். மாடசாமியைப் பார்த்தபோது மட்டும் பயம் எழுந்து அடங்கிற்று.

"ஒத்தப் பேரப்புள்ள... அவன் மேல உசிரையே வச்சிருந்தா. அவன் இருமுனா பதறுவா, தும்முனா தொவண்டுடுவா. கடசீல கட்டையில போனாளே..."

சில கிழவிகள் சிறுவனைக் கட்டிக்கொண்டு ஒப்பாரி வைத்தனர். அவனோ அன்றைய இரவின் மெத்தை மீதான உறக்கம் பற்றிய கற்பனையில் சஞ்சரித்திருந்தான்.

வேலாயியைக் குளிப்பாட்டி சடங்குகள் செய்தார்கள். பிணம் எடுத்ததும் வீட்டுக்குக் கிளம்ப அத்தனை சனமும் ஆயத்தமாயிருந்தனர்.

"பனிக்காலமில்ல... நேரத்தோட போயி தலையில தண்ணியள்ளி ஊத்திக்கணும். பொளுது போயி முளுவுனா காச்ச வந்து படுக்கையில போட்ரும்."

கூட்டத்தில் யாரோ சொன்னார்கள். ஒருவழியாக சடங்குகள் முடிந்து பெரும் ஒப்பாரி சத்தத்துடன் பாடை கிளம்பிற்று. உறவினர் ஒருவர் வேலாயி போர்த்தியிருந்த போர்வை, எண்ணெய் இறங்கிய தலையணையை மெத்தைக்குள் வைத்துச் சுருட்டிப் பாயோடு சேர்த்து வெளியே கொண்டுபோனார். பார்த்த துரைராசு பதைபதைத்துப்போனான்.

"யம்மா, மாமா மெத்தைய கொண்டுக்கிட்டு போறாரும்மா..."

"அதுக்கென்னா இப்ப...?"

சரசு கோபமாகக் கேட்டாள்.

"எங்கம்மா கொண்டுக்கிட்டு போறாரு...?"

"தூக்கி வீசத்தான்..."

"தூக்கி வீசவா... யம்மா... மெத்தம்மா... அதமட்டும் குடுத்துற சொல்லும்மா..."

துரைராசு செருமி, செருமி அழுதுகொண்டேயிருந்தான்.

❖❖❖

வாழ்வெனும் பெருந்துயர்

அவளின் அவிழ்ந்து கிடந்த கூந்தல் இருளின் கருமையைப் பூசிக் கொண்டிருந்தது. அது இடைக்குக் கீழாக தாழ்ந்து தரையில் பரவியிருந்தது. மலையிலிருந்து வழியும் அருவியென தலையிலிருந்து நீண்டு தொங்கிய கூந்தலை அள்ளி முடியத் திராணியின்றி அவள் அமர்ந்திருந்தாள்.

சூரியப் பொன்கதிர்கள் பட்டு மயிரிழைகள் பட்டு நூலையொத்த தன்மையில் மிளிர்ந்தன. அவள் தூணை அரவணைத்து தலையை அதில் சாய்த்தபடி அமர்ந்திருந்தாள். கண்கள் இறுக மூடிக் கிடந்தன. உதடுகள் உலர்ந்து போயிருந்தன.

தொண்டைக்குழிக்குள் விழுங்கப்பட்ட அழுகையின் எச்சம் விம்மல்களாக வெடித்துத் தெறித்தது. இளம்மேனியின் கனத்த முலைகள் அடிக்கடி மேலெழுந்து தணிந்தன. வெண் பாதங்களில் அவனிட்ட முத்தத்தின் சூடு உறைந்து கிடந்தது.

அது ஜுவாலையென உயர்ந்தெழுந்து உச்சிவரை படர்ந்ததில் உடல் நெருப்புத் துண்டம் போல கனன்றது. வென்று வருவேன் என்ற அவனின் இறுதிச்சொல் இப்போதும் காதுகளில் ஒலிக்க, அவள் துவண்டு தரையில் படர்ந்தாள்.

“என் படை நிச்சயம் வெல்லும். தர்ம சீலர்களான பஞ்சபாண்டவர்கள் நியாயத்தின் பக்கம் நின்று

போர் புரிபவர்கள். அவர்கள் பக்கம் நானிருந்து போர் புரிகிறேன். என்னைப் போன்ற ஆயிரக்கணக்கான போர்வீரர்கள் வலிமை பொருந்திய தோள்களுடனும், துடிப்பு மிகுந்த இருதயங்களுடனும் போரை எதிர்பார்த்து ஆவலுடன் காத்திருக்கிறோம்.”

அவன் பின்னிரவின் நிலவொளியில் அவளுடன் கூடிக் கலந்த பொழுதில் உற்சாகமாக பிதற்றிக் கொண்டிருந்தான். அவள் பேசாதிருந்தாள். நிலவின் பொழிவில் பூமி குளிர்ந்திருந்தது. நிலவை ஒற்றை மேகம் மறைத்து விலகியது.

இரவின் அந்தகாரம் பூரணத்துவம் பெற்றிருந்த வேளையில் புதுமணத் தம்பதிகளான அவர்கள் விழித்துக் கிடந்தனர். அவள் கூந்தலில் சூடியிருந்த பூக்களின் மிகுதியான மணத்தில் கிறங்கிப் போன அவன் மீண்டும் அவளைத் தன் வசப்படுத்திக் கொண்டான். அவளோ தன்நிலை மறந்திருந்தாள். வரப்போகும் போரை எண்ணி மனம் நடுக்கம் கொண்டிருந்தது.

‘போர் இருபக்கமும் அழிவுகளைக் கொண்டது. உயிர் நழுவல் எளிதில் நிகழக்கூடியது. போரில் மடிந்தவர்களை வீரமரணம் அடைந்தவர்கள் எனப் பெருமையாகக் குறிப்பிடுவர். அதை அப்படியே உள்ளத்திலும் ஏற்க முடியுமா... இழப்பின் துயர் நெஞ்சடைக்க செய்து விடாதா. ஆயுதங்களை கையிலேந்தி போரிடும் வீரர்கள் தங்கள் உயிரை இன்னொரு கையிலல்லவா ஒப்புவித்துக் கொடுத்து விடுகிறார்கள்.’

அவள் கலங்கினாள். விரைந்து அவனைத் தழுவிக்கொண்டாள். படர்ந்த அவன் மார்பில் புதைந்து மனதை சமாதானப்படுத்த முனைந்தாள்.

பத்து தினங்களுக்கு முன் சடங்கு சம்பிரதாயங்கள் முடிந்து அவன் கையால் மங்கலநாண் சூட்டிக்கொண்டபோது ஆற்றில் துள்ளும் மீன் போல் மனம் துள்ளிற்று. படர்ந்த மார்பும், முற்றிப் பருத்த மூங்கிலைப் போன்ற கைகளும், அகன்ற தோள்களும், தடுக்கு வயிறும், காதலும், காமமும் கலந்து சிவந்திருந்த விழிகளும், தடித்த உதடுகளும் கொண்ட அவனை, அவள் தழுவிக்கொள்ள துடித்தாள்.

அவனும் ஆட்கொள்ள தயாராயிருப்பவன் போல துடிப்புடன் நின்றிருந்தான். பொருத்தமான ஜோடி என்று சுற்றிலும் முணுமுணுப்பு எழுந்து அடங்கியது. தோழிகள் கேலி பேசினர்.

"உன்னவர் இரவில் நிலவைக் கண்டதில்லையாம். சரியான தூக்கப் பிராணியாக இருப்பாரென்று எண்ணுகிறேன். நீ அவரைத் தூங்க விடாதே. நிலவை அவருக்குக் காட்டு..."

ஒரு தோழி காதில் கிசுகிசுத்தாள்.

"பெரிய படை வீரராம். துவந்த யுத்தம் புரிவாராம். இன்றைய யுத்தத்தில் உன்னை வெல்லத் துடிப்புடன் இருப்பதாகத் தெரிகிறது. கவனமாக இரு..."

இன்னொருத்தி யாரும் கவனிக்காத சமயத்தில் சொல்லிவிட்டு சிரித்தாள். அவளுக்கு வெட்கத்தால் உடல் நடுங்கிற்று. இளங்குருத்து உடலை அவனுடைய சொரசொரத்த கைகள் அள்ளிக்கொண்ட போதும் அப்படித்தான் நடுங்கிற்று.

அவள் விழிகளில் சுரந்த நீர் நிற்கவேயில்லை. இரு நீர் வழித்தடங்கள் கன்னங்களில் உருவாகியிருந்தன. அவசரத் திருமணம் வேண்டாமென அவளுடைய தாய் எவ்வளவோ அடித்துக் கொண்டாள். தந்தை கேட்கவில்லை.

கண் நிறைந்த மணவாளனைத் தன் பெண்ணுக்காகத் தேர்ந்தெடுத்துவிட்டதில் அவர் மிதப்புடன் திரிந்தார். போரைப் பற்றிய அச்சம் தாய்க்குள் உறைந்து கிடந்தது. குருதி பெருகியோடும் போர்க்களமும், ஊசலாடும் உயிர்களும் கண்முன்னே தோன்றி இம்சித்தன.

போருக்குப் பின் திருமணத்தை நடத்தலாமென்று கூறிப் பார்த்தாள். அவள் சொல் மதிப்பிழந்து போனது.

"நம் பெண்ணுக்கு சுபவேளை கூடி வந்துவிட்டது. உன்னால் அது கெட்டழிந்து போகவேண்டாம்" என்று தந்தை ஒரு போடு போட்டு அவள் வாயை அடைத்துவிட்டார். தாய் ஒடுங்கிப் போக, மகளோ கண்களில் கனவு சுமந்து நின்றிருந்தாள்.

திருமணம் பெண்ணுக்குக் கனவுகளைத் தரக்கூடியது. புதுவிதமான கனவு. சுழலும் ரங்கராட்டினம் போல

நாள் முழுக்க மனமானது கண்ட கனவைச் சுற்றி சுழன்று கொண்டிருக்கும். வெளிப்புற நிகழ்வுகளில் கவனம் கொள்ளாது அது அந்தர்முகமாக திரும்பி தன் பிரத்தியேக நினைவுகளில் மூழ்கியிருக்கும்.

பசியில் ருசியும், நினைவுகளில் கவனமும் இருக்காது. உடல் தக்கையாகி அண்டவெளியில் மிதப்பது போல தோன்றும். ஆட்கொள்ளப்போகிறவனை எண்ணி அடிவயிறு சிலீரிடும். அவளுக்கும் அம்மாதிரி உணர்வுகள் தோன்றின.

அவள் ஒரு மாய உலகில் தன்னை சிக்க வைத்துக்கொண்டு அதில் சுகித்துக் கிடந்து வெளியேற விருப்பமில்லாது தன்னிலை மறந்திருந்தாள். தாயின் கவலை அவளை அணுவளவும் பாதிக்கவில்லை. எதிர்வரப்போகும் இன்ப நொடிகளை எண்ணி அவள் மகிழ்ந்திருந்தாள்.

வலுவான கரங்களால் மாலை சூட்டிக்கொள்ள பொன் கழுத்து வளைவுகளும், தோள்களும், இள முலைகளும் துடியாய் துடித்தன. அவனுடைய ஒரு நுனி விரல் தீண்டலில் உயிர்த்துவிட அவள் பெண்மை தயாராயிருந்தது.

தன் மேல் படர்ந்த மல்லிகைக் கொடியும் அதில் மொட்டவிழ்ந்த மலர்களும், அதிலுள்ள தேன் பருக ரீங்காரமிட்டு வரும் வண்டும் வெறும் மாயையா, அல்லது நனவா என்று அவள் திகைத்தாள். கண்களைத் திறந்தபடியே கனவு காண்பது அவளுக்கு சாத்தியமாயிற்று. அன்றாட வேலைகளில் கவனம் செல்லவில்லை. படுக்கையில் விழித்தபடி கிடந்து நினைவுகளை அவனிடம் பறிகொடுக்கவே விருப்பமாயிருந்தது.

காலை புலர்ந்து, மதியம் கடந்து, மாலை மலர்ந்தபோதும் அவள் தன் நினைவு கொள்ளாது அவன் நினைவுகளையே கொண்டிருந்தாள். அவள் உடல் எரிதழல்களை தின்றது போல தகித்தது. குளிர்தென்றல் மேனியில் பட்டபோது அவள் நடுங்கினாள்.

தன்னவன் அணைத்துக்கொண்டாலன்றி தன் தாபம் தணியாது என்று அவளுக்குத் தோன்றியது. குறுகிய இடையில் அவன் விரல்கள் ஊர்வது போன்ற நினைவில் அவள் துடித்தாள்.

தாய்க்கு அவளின் இன்பவேதனை புரியாமலில்லை. அவளும் பருவத்தைக் கடந்து வந்தவள்தானே... இருந்தும் மகளின் நிலை கண்டு சந்தோஷிக்க முடியாது மனம் கலக்கமுற்றிருந்தது. அதே கலக்கத்துடன் சந்தனம் அரைத்து மகளை, தன் மேனியில் பூசிக்கொள்ள சொன்னாள். சந்தனம் வெம்மையைத் தணிக்கும் என்றாள்.

மகளுக்கோ அதில் துளியும் விருப்பமில்லை. பழுத்த நெருப்புப் பழமாக இருக்கவே அவளுக்கு விருப்பமாயிருந்தது. தகதகவென்று தங்கப்பாளமாக அவள் ஜொலித்து நின்றிருந்ததைப் பார்த்த தாய்க்கே கண்கள் கூசிற்று. அரைத்த சந்தனத்தை உருட்டி வாழையிலையில் வைத்து அவளிடம் நீட்டினாள்.

"தடவிக்கொள். உஷ்ணம் குறையும்..."

அரை மனதோடு பெற்றுக்கொண்டவள், இதற்கான அவசியமில்லை என்று மனதுக்குள் முனகினாள். வீரனது கைபட்டாலே வெப்பம் தரித்த தன்னுடல் குளிர்ந்த நீரின் தன்மையை அடைந்துவிடும் என்று அவளுக்குத் தெரியும். இருந்தும் தாயின் கோபத்துக்கு ஆளாகாது வயிற்றிலும், முலைகளிலும் சந்தனத்தைப் பூசிக்கொண்டாள்.

பூசிய மறுகணமே சந்தனம் காய்ந்து பொருக்குகளாகிப்போனது. சற்றுநேரத்தில் உதிர்ந்தும் போனது. கொதித்துக்கிடந்த உடலில் குளிர்ந்த சந்தனத்தால் தாக்குப்பிடிக்க முடியவில்லை. ஆனால் அவனின் தொடுகையில், அந்த ஒரு நொடியில் சுட்டுத் தகித்த உடல் சட்டென குளிர்ந்து போனது. அவனது அதரங்கள் பட்ட இடங்களிலெல்லாம் குளிர் ஊசி போல் குத்திற்று. இரவு, பகல் வேறுபாடின்றி அவர்கள் கலந்து கிடந்தனர். போர்க்களத்தில் நின்று போர்புரியும் ஆவேசம் அவனுள்.

அவள், அவனின் முரட்டுப் பிடிக்குள் சிக்குண்டு திணறிப்போனாள். இருந்தும் அது, அவளுக்குப் பிடித்திருந்தது. வாழ்க்கை என்ற சொல்லுக்கு இன்பம் என்ற மாற்று சொல்லை இட்டு நிரப்பிக்கொள்ள அவள் நினைத்தாள். அவள் கண்களுக்குக் கீழே கருவளையமிட்டிருந்ததைக் கண்டு தோழிகள் கேலி பேசினர்.

ஒரு பவுர்ணமி கடந்த பின்னும் அவளின் தூக்கத்தைத் திருடும் கள்வன் அவன் என்று சாட்டு சாட்டினர். திரண்டு நிற்கும் மேகங்கள் நீரைப் பொழிந்து மண்ணை நனைத்து சூட்டைத் தணிப்பதுபோல் அவன், அவளின் வெப்பத்தைத் தணித்துவிட்டான். இருந்தும் நேரம் காலமின்றி இம்சிப்பதால் அவள் மெலிந்து விட்டாள் என்று புகார் பத்திரம் வாசித்தனர்.

உண்மையில் அவள் இளைத்துதான் போயிருந்தாள். விரல்கள் மெலிந்திருந்தன. சின்ன இடை மேலும் சிறுத்திருந்தது. கன்னங்கள் ஒடுங்கியிருந்தன. ஆனால் கண்களில் ஒளி கூடியிருந்தது. அவள் முன்னைவிட இப்போது கூடுதல் அழகோடு ஜொலித்தாள்.

மெலிவு அவளை சோகையாக்கியிருக்கவில்லை. அமிர்தத்தை உண்டவள்போல் புத்துணர்ச்சியோடு வலம் வரச் செய்திருந்தது. இரு பெரும் தாமரை மொட்டுகள் அவள் மேனியில் மலர்ந்து அவளை மேலும் அழகுள்ளவளாக்கியிருந்தது.

அவள் அருகில் வந்தாலே பூக்களின் கலவையான மணம் அவள்மேல் வீசிற்று. அவன் கண்களில் தாபம் குறையவேயில்லை. பசித்த வயிறு உண்டவுடன் அடங்கிவிடும். ஆனால் அவனின் காமம், நிகழ்ந்தபின்னும் அடங்கவில்லை.

அது அடர்ந்து கிளைத்துக் கொண்டேயிருந்தது. ஆற்றுப்பெருவெள்ளம் போல பொங்கிப் பிரவாகமெடுத்தது. ஒருமுறை, இரண்டுமுறை, மூன்றுமுறை என்று ஆட்டம் தொடர்ந்து கொண்டேயிருந்தது. ஒவ்வொரு நிகழ்வும் புதுப் புது விதமானவை. வெவ்வேறு ருசி கொண்டவை.

பசித்துப் புசிப்பது சுவையானது. அலாதி சுவையின் மிச்சம் மறுபடி பசியைத் தூண்டக்கூடியது. அவனது பசிக்கு அளவில்லாது போயிற்று. அவன் பசியில் உழன்றான். பாலைவன வெறுமையை உணர்ந்தான். புசிப்பதைத் தவிர பிறிதொரு வேலையில்லை என்ற முடிவுக்கு வந்தான்.

அனுதினமும் அவர்களது கேளிக்கைக்கு காமன் துணை புரிந்தான். அவர்களது வீட்டின் கதவு உட்புறமாக தாழிடப்பட்டே கிடந்தது. அவள் அரிதாக வெளியே வந்தாள்.

நிலவின் பொலிவை முகத்தில் தேக்கி குறுநகை செய்தாள். கடிபட்டு சிவந்த உதடுகளை யாரும் கவனித்து விடுவார்களோ என்று அச்சம் கொண்டு அவசரமாக வீட்டுக்குள் நுழைந்து தாளிட்டுக் கொண்டாள்.

வீரன் அவளோடு துவந்த யுத்தம் புரிந்தான். போர் வேறாயிருப்பினும் நோக்கம் ஒன்றே. அது எதிரியை வீழ்த்த வேண்டும் என்பதே. அவள், அவனின் ஒரு பார்வையில் வீழ்ந்தாள். வாழ்க்கை முழுவதும் அவனுக்குத் தன்னை விட்டுத்தர தயாராயிருப்பவள் வேறென்ன செய்வாள்.

முகத்தை மூடி கண்கள் சொருக நின்றிருப்பவளை அவன் கைகளில் ஏந்துவான். கன்னங்களில் செல்லமாய்த் தாளமிடுவான். முன் நெற்றியில் புரளும் முடிக்கற்றைகளை ஒரு விரல் கொண்டு ஒதுக்குவான். முதுகில் மெல்ல கோலமிடுவான். கழுத்தில் கூசுவான்.

இடையில் அழுத்தமாய் கிள்ளுவான். உதட்டு வரிகளை விரல்விட்டு எண்ணுவான். அவள் மெல்ல, மெல்ல மயங்கிச் சரிவாள். காதுமடல்கள் சிலிர்க்கும் வண்ணம் பிடித்திழுப்பான்.

அவள் முற்றிலுமாக தன்னிலை இழக்கும்போது பதுங்கிய புலி பாய்வது போல ஆக்ரோஷமாகப் பாய்வான். முற்றத்தின் வழியே பார்த்துக்கொண்டிருக்கும் நிலவு வெட்கப்பட்டு தென்னை ஓலைகளுக்கிடையே மறைந்து கொள்ளும்.

சுவர்க்கோழிகள் மட்டுமே ரீங்கரிக்கும் இரவுகளில் தாய் துர்சொப்பனம் கண்டு அலறினாள். சிவந்த நிற சொப்பனங்கள் அவளை மேற்கொண்டு தூங்கவிடாது இம்சித்தன. மகளின் வாழ்வு நிலை குறித்த அச்சம் அவளை சித்தம் கலங்க செய்திருந்தது.

மகளின் இரவுகள் அலங்கரிக்கப்பட்டவையாகவும், இவளது அச்சுறுத்தக் கூடியவையாகவும் இருந்தன. குருதி பீறிடும் களங்களை அவள் நித்தம் கனவில் கண்டாள். இதயம் நடுநடுங்கியது. பய உணர்வில் உடல் வெடவெடத்தது.

'பீஷ்மர், துரோணர், கர்ணன் போன்ற பலம் பொருந்தியவர்களின் படையில் உள்ள வீரர்கள் எத்தனை

ஆற்றல் மிக்கவர்களாயிருப்பார்கள். அவர்களை எதிர்த்து நின்று போரிடும் வீரர்களது உயிருக்கு உத்திரவாதமுள்ளதா... எவ்வளவு சிறப்பாக பயிற்சி பெற்றிருந்தாலும் அவர்களை வெல்லமுடியுமா...’

சிந்தனை தறிகெட்டு ஓடியது. கடவுளிடம் அவள் ஆயிரம் வேண்டுதல்கள் வைத்திருந்தாள். போர் முடிந்ததும் வேண்டுதல்களை நிறைவேற்றுவதாக உறுதியளித்தாள். இருந்தும் மனம் சமாதானமடையாது குழம்பித் தவித்தது.

நாட்கள் நெருங்க, நெருங்க மகளுக்கும் கலக்கம் உண்டாக தொடங்கிற்று. ஆற்றுவெள்ளம் போல் கரைபுரண்டோடிய காதல் உணர்வு மெல்ல வடியத் தொடங்கியது. வீரனது காதலுணர்வோ பஞ்சமின்றி பெருகிக் கொண்டேயிருந்தது . அவன் இன்ப வெள்ளத்தில் நீந்தித் திளைக்கவே பெரிதும் விரும்பினான்.

கட்டுக்கடங்கா இளமையின் வேகம் அவனை செயல் வீரனாக்கியிருந்தது. அணைபோட்டு தடுக்க முடியாது பொங்கிப் பிரவாகமெடுத்த உணர்வு அவனைப் பித்தனாக்கியிருந்தது. மோகப் பித்தில் அவன் தேன் குடித்த வண்டாக தலை கிறுகிறுத்துக் கிடந்தான்.

அவள் கவலை அவனை பாதிக்கவேயில்லை. அவளின் மதர்த்த மேனியில் கண்டடையாத ரகசியத்தை கண்டுவிடத் துடித்து அவன் முன்னேறிக் கொண்டிருந்தான். அவள் கண்களில் நீர் திரையிட்டிருந்ததை அவன் கவனிக்கவில்லை. அவளது பெருமூச்சு அவன் மார்பில் உஷ்ணத்தைக் கிளப்பிய போதும் அதைப் பெரிதாக எடுத்துக்கொள்ளவில்லை.

அவள் அலங்கோலமாகக் கிடந்தாள். தாய் ஒருபுறம், மகள் ஒருபுறம் சுயநினைவின்றிக் கிடந்தனர். தந்தை நடைபிணமாகியிருந்தார். பதினைந்தாம் நாள் போரில் மாவீரன் மடிந்த செய்தி வந்தது. அதற்குள் பெருந்தலைகள் பல சரிந்திருந்தன.

ஒவ்வொரு நாளின் முடிவிலும் இன்னார் மடிந்தார் என்ற செய்தி கேட்டு இதயம் எகிறிக் குதித்தது. பீஷ்மர், துரோணர், அபிமன்யு, கடோத்கஜன் என்று ஒவ்வொருவராக மடிந்த செய்தி

கேட்டபோது வீரனின் மனைவியான அவள் தைரியமாக இருக்க படாதபாடுபட்டாள். போருக்கான காரணத்தை எண்ணி மனம் குமைந்தது.

‘உண்மையில் வீரர்களுக்குள் எந்த பகைமை உணர்ச்சியுமில்லை. அவர்கள் தங்களது தலைவனின் பகைக்காக யுத்தம் புரிகிறார்கள். எதிரெதிர் நின்று போர்புரியும் வீரர்கள் தங்கள் எதிராளியின் முகத்தை மனதில் பதிய வைத்துக்கொள்ளும் முன்பே ஒருவர் கையால் இன்னொருவர் மாய்ந்து போகின்றனர்.

இருவருக்கும் மனதில் எந்த வஞ்சமுமில்லை, பழைய பகையில்லை, அவர்கள் பங்காளியுமில்லை. எனினும் போர்க்களத்தில் அவர்களின் வாள் குருதி பார்க்கத் துடிக்கிறது. இது எந்த விதத்தில் நியாயம்...’

அவள் அழுது புலம்புகிறாள்.

உன் கணவன் புறமுதுகிட்டு ஓடவில்லை. நெஞ்சில் குத்தப்பட்டு சரிந்தான் என்று கூறப்பட்டபோது அதில் பெருமை கொள்ள அவள் தயாராயில்லை. தலையை விரித்துப்போட்டு அவள் பெரு ஓலமிட்டு அழுதாள். பெருஞ்சுமையாய் கிடந்த முலைகளில் அறைந்து கொண்டாள்.

வயிறு தீப்பந்தம் போல எரிந்தது. கால்கள் துவண்டன. பேச்சு, மூச்சின்றி சரிந்தவளைக் கண்டு தாய் அலறினாள். மரண ஓலம் அனைத்து வீடுகளிலும் கேட்டது. யாரும், யாருக்கும் ஆறுதல் சொல்லக்கூடிய நிலையிலில்லை.

குடும்பத்தின் தலைவனென்று சொல்லிக்கொள்ள அவ்வூரில் சொற்ப ஆண்களே இருந்தனர். அவர்கள் வயோதிகர்களாகவும் முடவர்களாகவுமிருந்தனர். வீதிதோறும் அழுகை பெருத்த இரைச்சலாகக் கேட்டது.

வயிற்றில் கரு சுமந்த கர்ப்பிணிகள் மூர்ச்சையடைந்து கிடந்தனர். பிள்ளைகளை இழந்த தாய்மார்கள் ஒப்பாரி வைத்து அழுதனர். பெண்பிள்ளைகள் எதிர்காலம் குறித்த அச்சத்தில் உறைந்து போயிருந்தனர்.

தாய்க்கும், மகளுக்கும் அழுது மாளவில்லை. விளக்கேற்றும் நேரம் கூட மறந்து போனது. கொட்டில் பசுக்குள் பசியில் வாடின. காரணம் புரியாது கத்தித் தீர்த்தன. தாய் குமுறி வெடித்தாள்.

“எதற்காக இந்தப் போர்... யார் கேட்டது. பசித்த வயிறுக்கு உணவு, மானம் காக்க உடுப்பு, ஒதுங்கிக்கொள்ள கூரை... இதை விடுத்து எதை விரும்பினோம். எவ்வித ஆரவாரமுமின்றி அமைதியாக வாழ்ந்து கொண்டிருந்த எங்களுக்கு இத்தகைய அநீதி ஏன் இழைக்கப்படவேண்டும்?”

மகளுக்கும் இதே எண்ணம்தான். அழுதழுது இளைத்துக் கிடந்தவளுக்கு திரவுபதியிடம் கேட்க ஆயிரம் கேள்விகள் இருந்தன. இந்த அழிவுகளுக்கெல்லாம் யார் காரணமென்று தெரியுமா என்று அவளுக்கெதிரே நின்று கேட்கவேண்டும்.

‘இத்தனை உயிர்கள் மாண்டதில் தங்களின் பெரும்பங்கு உள்ளது என்று அழுத்திச் சொல்லவேண்டும். அவள் மேற்கொண்ட சபதத்தினாலன்றோ இவ்வளவு உயிர்கள் மரித்தன. அவள் தன் அவிழ்ந்த கூந்தலை அள்ளி முடிய ஒரு போர் தேவைப்பட்டது போல் என் கூந்தல் முடிய நான் என்ன செய்யவேண்டும்...

கூந்தலில் சூடும் பூக்கள் கொடியில் வாடி உதிர்கின்றனவே. அவைகள் தம் பிறவிப்பயனை அடைய தடையாயிருந்து நான் பெரும்பாவம் செய்கிறேனே... எனக்கு என்ன கதி மோட்சம். என் அன்புக் கணவனின் உயிரைப் பறித்த இப்போரில் அவன் செய்த தவறு என்ன...

குடும்ப உறவுகளுக்குள் மூண்ட பகைக்கு அவன் எவ்விதத்திலாவது காரணமாயிருந்தானா... பகைமை உணர்வு துளியுமின்றி எதிரெதிர் அணியில் நின்று போர் புரியும் வீரர்களது மனதில் தோன்றும் குரோதம் நியாயமானதா...

அந்தக் குரோதத்தினால் அவர்கள் மாண்டு போவது பெரும் பாவமல்லவா... கைம்பெண் கோலம் பூண்டு என்னைப் போன்று கண்ணீரில் தத்தளிக்கும் பெண்களுக்கு தாங்கள் கூறப்போகும் ஆறுதல்தான் என்ன...?’

எதிர் நின்று சாதாரண குடிமகளான நான் அரசியின் கண்கள் பார்த்துக் கேட்க வேண்டும்.

அவள் புறப்பட்டுவிட்டாள். தாயும், தந்தையும் எத்தனை தடுத்தும் கேட்கவில்லை. கேள்விகள் மனதில் பொங்கி வழிந்தன. தலை கிறுகிறுத்தது. கால்கள் தடுமாறின. இருந்தும் உள்ளத்தில் எழுந்த தீர்மானத்தில் அவள் விறுவிறுவென நடந்து, திரவுபதியின் முன் போய் நின்றாள். எவரும் அவளைத் தடுக்கவில்லை. தடுக்க வேண்டாமென்பது திரவுபதியின் ஆணையாயிருந்திருக்கவேண்டும்.

போர் முடிந்து வெற்றி கிட்டியிருந்தபோதும் திரவுபதி முகத்தில் மலர்ச்சியில்லை. துக்கம் உறைந்த கண்களால் அவள் வீரனின் மனைவியை ஏறிட்டாள். அவள் இதயத்தைக் குத்திக் கிழிக்கும் அம்பென புறப்பட்டு வந்த வீரனின் மனைவி ஸ்தம்பித்து நின்றாள்.

திரவுபதியின் ஒளி பொருந்திய விழிகளில் நிழலென படிந்திருந்த சோகம் தீயில் உதித்தவளுடைய திடமற்ற மனதின் பெருவெளியைப் படம்பிடித்துக் காட்டியது. அந்த மனதில் எழுந்த மரணஓலம், புகைந்து கருகிய தம் புதல்வர்கள் மீதான எண்ணற்ற கனவுகள், அவர்தம் வாழ்வில் தான் கொண்டிருந்த பெரும் நம்பிக்கையில் விளைந்த சேதம் அனைத்தும் சேர்ந்து பெருந்துயரின் உருவகமாக திரவுபதியை நிற்க செய்திருந்ததை அவள் கண்ணாரக் கண்டாள்.

ஐவரைப் பெற்றும் எஞ்சியவர் எவருமிலாது அவள் அடிவயிற்றில் கனலும் சோகத்தைத் தாங்க திராணியற்றவளாய் நின்றிருந்தது வீரனின் மனைவியை வாயடைக்க செய்தது.

விழுந்த அடி தன் கருவறைத் துளிர்களை அடியோடு நாசம் செய்து விட்டதில் நிர்மூலமாகிப் போனவளாய் திரவுபதி துடித்து தவித்துக் கொண்டிருந்ததில் கேட்க நினைத்த கேள்விகள் மனதின் அந்தரத்தில் ஆடின.

எதிரில் ஆயுதமற்று நின்றிருப்பவனுடன் போர் புரிவது அதர்மச் செயலென்று வீரனின் மனைவிக்குத் தெரியும். அவள் கரங்கள் கூம்பின. தத்தம் வேதனையில் உழன்று தவித்த இரு பெண்களும் தாங்கவியலாது கண்ணீர் உகுத்தனர்.

❖❖❖

வாசம்

வெளிச்சம் விழுந்ததில் ஈரம் மினுங்கியது. சொட்டு, சொட்டாய் மினுங்கிய ஈரத்தில் சிவப்பு ரெட் ஆக்சைடு பூசப்பட்ட தரை பளபளத்தது. காற்றில் ஈரச் சொட்டுகள் தளதளத்தன. சாப்பாடு கொடுத்து வாயைத் துடைத்த கையை உதறியதில் சிறிதும், பெரிதுமாய் விழுந்த நீர்த்துளிகள் அவை.

அம்மா பெரிதாய் ஏப்பம் விட்டு கண்களை மூடிக் கொண்டாள். மழிக்கப்பட்ட தலையில், அறுவடைக்குப்பின்பான வயல்வெளியின் தாள்களைப் போல ரோமங்கள் குத்திட்டு நின்றன. தோல் சுருங்கிய கூட்டில் குட்டைத் தண்ணீரையொப்ப அவள் உயிர் தேங்கிக் கிடந்தது.

"போன ஜென்மத்துப் பாவம். அனுபவிச்சு தீர்க்கணும். வேற வழியில்ல."

குரல் அவ்வபோது மெலிதாய் வரும்.

"பாவம் செய்தது உடலா, ஆன்மாவா..."

வெகுநாட்களாக தியாகுவுக்குள் ஓடிக்கொண்டிருக்கும் கேள்வி இது. ஆன்மா என்றால் உடல் ஏன் அவஸ்தைகளை அனுபவிக்கவேண்டும். நோய்களும், வலிகளும் அதற்குத்தானே... ஒருவேளை உடலென்றால் ஆன்மாவுக்கு அங்கென்ன வேலை... கூட்டைத் துறக்க வேண்டியதுதானே...'

தியாகுவின் நெற்றி சுருங்குவதை அம்மா கவனித்துவிட்டு கையசைத்துக் கூப்பிட்டாள். அருகில் சென்றதும் மெலிந்த விரல்களால் அவன் கன்னத்தைத் தடவிக் கொடுத்தாள். பின்,

"ரொம்ப யோசிக்காதடா... எவ்ளோ யோசிச்சாலும் சில விஷயங்கள் பிடிபடாது. விட்டுடு" என்றாள்.

ரசம் பூசப்பட்ட கண்ணாடி அவள். அவளது சில்லிட்ட விரல்களை அவன் கன்னத்தில் அழுந்த பதித்துக்கொண்டான். எஸ் அளவு நைட்டி அம்மாவின் ஒட்டிப்போன உடம்புக்கு சற்றே பெரிதாயிருந்தது.

அழுக்குப் பட்டால் தெரியக்கூடாது என்பதற்காக நிர்மலாக்கா அடர் பச்சையிலும், கருஞ்சிவப்பிலும் இரண்டு நைட்டிகள் வாங்கித் தந்திருந்தாள். அதை கழுத்திலிருந்து கால்வரை அணிந்துகொண்டு அம்மா கட்டிலில் படுத்திருந்ததை முதன்முதலில் பார்த்தபோது அவனுக்கு வித்தியாசமாக இருந்தது. வாயில் சேலைகளில் வெண்பாதங்கள் தெரிய வளையவந்த அவளைப் பார்த்து பழகிவிட்டு நைட்டியில் பார்த்ததில் மனம் ஒப்பவேயில்லை.

"இனிமே புடவைய சுத்தறது கஷ்டம். நைட்டி நமக்கும் வசதி, அவங்களுக்கும் வசதி."

நிர்மலாக்கா தீர்மானித்துவிட்டபிறகு அவன் சொல்வதற்கு என்ன இருக்கிறது. அவள்தான் ஒருநாள்விட்டு ஒருநாள் அம்மாவை குளிக்க வைத்து விடுகிறாள். உடம்பு துடைத்து நைட்டி போட்டுவிட்டு அவள் அகலும்போது அம்மாவின் கண்கள் குற்றவுணர்ச்சியில் மூடிக் கிடக்கும்.

ஒரு மணி வெயில் ஆளோடியில் தாழ்ந்திருந்தது. நாற்கர கண்ணாடித் துண்டுபோல அது பளபளத்தது. தெருவில் ஈங்குருவி நடமாட்டமில்லை. எங்கோ துளைபோடும் டிரில்லர் கருவியின் ஒலி சன்னமாக கேட்டது. மாங்கொம்பு ஒன்று காற்றில் அசைவதை அம்மா சன்னல் வழியே பார்த்தவாறிருந்தாள்.

நிர்மலாக்கா அம்மாவுக்கு மூன்றுவேளை சாப்பாடு தந்துவிடுவாள். காலையில் அவள் வரும்போதே ஒயர்கூடையில்

இரண்டு வேலைக்கான உணவு வந்துவிடும். இரவில் அவள் கணவன் எடுத்துவருவார். தியாகு அடுத்த தெருவிலிருந்த மெஸ்ஸில் கணக்கு வைத்துக்கொண்டான்.

"மணியாச்சே. போயி சாப்பிட்டு வாயேன்டா."

அம்மா மெதுவாய் தலையசைத்தாள். தியாகு பெரும்பாலும் உணவை வரவழைத்துவிடுவான். அம்மாவை தனியே விட்டு செல்ல பயம். அம்மா என்றாவது வற்புறுத்தி அனுப்பி வைப்பாள்.

"ஒரு மாறுதலாயிருக்கும்" என்பாள்.

சமையலறை டீ, காபி தயாரிக்க என்றானது. மற்ற நேரங்களில் அது இருண்டு கிடந்தது. முன்பக்க ஆளோடியை ஒட்டிய அறைக்குள் அம்மா படுத்திருந்தாள். அதனால் அவன் புழக்கமும் அந்த எல்லைக்குள்ளே நின்று போனது.

அம்மாவைப் பார்க்க வருகிறவர்களுக்காக தியாகு இரு மடக்கு நாற்காலிகளை அறை சுவரில் சாய்த்து வைத்திருந்தான். ஆரம்பத்தில் வந்த கூட்டம் கொஞ்சம், கொஞ்சமாக குறைந்து இப்போது நாற்காலிகளுக்கும், சுவருக்குமிடையில் எட்டுக்கால் பூச்சியொன்று வலை பின்னி ஊஞ்சலாடுகிறது.

"டவுனுக்குப் போவும்போது ஸ்பிரே வாங்கியாறேன். அத அடிச்சிவுட்டா இந்த வாடை இருக்காது."

நிர்மலாக்கா சொன்னாள். அவள் ஸ்கூட்டி வைத்திருக்கிறாள். அதை எடுத்துக்கொண்டு எட்டு கிலோமீட்டர் தொலைவிலுள்ள டவுனுக்கு செல்பவள் போகும்போது அம்மாவிடம் லிஸ்ட் வாங்கிக்கொண்டுப் போவாள். வெண்ணெய், காபித்தூள், ஜாதிபத்திரி, படி ஏலக்காய் என்று அம்மாவுக்குத் தேவைகள் இருந்து கொண்டேயிருக்கும்.

கட்டில் அடியில் பீங்கான் கிண்ணம் இருந்தது. அதில் அம்மா கழிக்கும் சிறுநீரை கையோடு கொட்டிவிட்டு கழுவி வைத்தாலும் அறைக்குள் துர்நாற்றம் அடித்துக் கொண்டேயிருந்தது. நோயாளிகளின் அறைக்கே உரிய இயல்பான வாடை.

அது நிரந்தரமாக தங்கிவிடக்கூடும் என்றெண்ணியபோது தியாகுவின் அடிவயிற்றில் சிலீரென்று ஒரு உணர்வு எழுந்து அடங்கியது.

உள்ளறையில் இரண்டு உத்திரங்களை இணைப்பது போல ஒரு மூங்கில் கழி கிடக்கும். அதில் அம்மா தினப்படி புடவைகளை நேர்த்தியாக மடித்து தொங்க விட்டிருப்பாள். மழைக்காலத்தில் அது கொடியாக மாறிப்போயிருக்கும்.

பத்தாயத்தின் ஓரமாக அம்மா ஒரு கம்பு சார்த்தி வைத்திருப்பாள்.

அலசி, பிழிந்து வைத்திருக்கும் புடவையை கழியில் எக்கி எறிந்து இந்தப்புறமும், அந்தப்புறமும் கம்பால் விரித்து விடுவாள். மடித்த புடவைகளை கம்பின் நுனியில் போட்டு அலேக்காக கழியில் தொங்கவிடுவாள்.

நிர்மலாக்கா புடவைகளை மடித்து டிரங்க் பெட்டிக்குள் வைத்துவிட்டாள். கழி வெறுமனே கிடந்தது. கூரையோட்டில் பதிக்கப்பட்டிருக்கும் கண்ணாடி சில்லின் வழியாக வெயில் உள்ளே, நட்டநடு அறையில் விழுந்து கிடக்கும். அதைத் தவிர அறைக்குள் வேறு புழக்கமில்லை.

கூடமும், தாழ்வாரமும் வெறிச்சோடிக் கிடந்தன. அம்மா புழங்கியபோது கூடமும், நான்கு தாழ்வாரங்களும், முற்றமும், ஆளோடியும், சமையல்கட்டும், அறைகளும் அவளின் ஆக்கிரமிப்பில் நிறைந்திருந்தன.

இப்போது வியாபித்திருக்கும் வெறுமை இணுக்கு விடாமல் ஒட்டுமொத்தமாக அந்தகாரத்தை கொட்டி நிறைத்து வைத்திருந்ததில் தியாகுவுக்கு பெரும் அவஸ்தையாக இருந்தது.

கூடத்திலிருந்த டிவியை அறைக்கு மாற்றினான். ரவி வந்து கேபிள் ஒயரை கத்தரித்து அறைக்கு கொண்டுவந்து இணைப்பு கொடுத்துவிட்டுப் போனான். சாயந்தரம் பக்திப்பாடல்களை போட்டுவிட்டபோது அம்மா பெருமூச்சு விட்டாள்.

கூடத்துக்கும், சமையல் உள்ளுக்குமாக நடந்து கொண்டிருக்கும்போது பிடித்த பாடலாயிருந்தால் ஒரு நிமிடம் நின்று பார்ப்பாள். சிலசமயம் ரசனையின் தீவிரத்தில் கண்கள்

மூடி தலையசைத்து ஹம் செய்வாள். பழைய பாடல்கள் எந்நேரமும் ஒலித்தபடியே இருக்கும்.

அம்மா மாடத்திலிருந்த விபூதி மடலை எடுத்து வரச் சொன்னாள். ஆறு மணியானால் முகமலம்பி விபூதி இட்டுக்கொள்வாள். எதையும் செய்ய இன்னொருவர் உதவி தேவை என்றானபிறகு பல பழக்கங்கள் அவளிடமிருந்து விடுபட்டுக்கொண்டன.

அம்மாவின் நெற்றி விபூதியின் அரை வெள்ளையில் முத்துப் பதக்கம் போல மின்னியது. பெரிய நெற்றி அவளுக்கு. முன்நெற்றியின் வலது பக்கத்தில் வகிட்டிலிருந்து ஒரு சாணளவு மயிர் வெள்ளை அருவியென சரிந்து காதின் வளைவில் ஒதுங்கியிருக்கும்.

இப்போது மயிர்க்கால்களில் வெள்ளை பெரும்பான்மையாக மினுங்கிற்று. அம்மா கைகள் கூப்பி கண்கள் மூடி படுத்திருந்தாள்.

“தென்னாடுடைய சிவனே போற்றி, எந்நாட்டவர்க்கும் இறைவா போற்றி” என்று வாய் மெலிதாக முனகியது.

வாசல் காம்பவுண்டு சுவரையொட்டி நின்றிருந்த மகிழ மரத்தின் பூக்கள் கோலம் போடும் தரையில் கொட்டிக் கிடந்தன. காம்பவுண்டு ஓரம் நிறுத்திவைக்கப்பட்டிருந்த சைக்கிள் சீட்டில் ஒற்றைப்பூ விழுந்திருந்தது. தியாகு அதைப் பார்த்தபடி நின்றிருந்தான். சற்றே பெரிய மரம். காம்பவுண்டுக்கு இந்தப்பக்கமும், அந்தப்பக்கமும் கிளைகள் விரித்து நின்றது. வீட்டுக்கு வருகிறவர்கள் மரத்தடியில் சைக்கிளையோ, வண்டியையோ விட்டுவிட்டு வருவார்கள். நிர்மலாக்காவும் அப்படித்தான் செய்வாள்.

கோடைகாலத்தில் தாராளமாய் கொட்டிக் கிடக்கும் மர நிழலில் ஆடுகள் அமர்ந்து அசைபோடும். மரத்துக்கு உன் வயசிருக்கும் என்று அம்மா, தியாகுவிடம் சொல்வாள். மாங்கன்று ஓரளவு வளர்ந்து இளமரமாகியிருந்தது. ஐந்தாறு வருடங்களுக்கு முன்பு தியாகுவுக்குத் தெரிந்து அம்மா அதை நட்டு வைத்தாள்.

“பாதிரி கன்னு... பழம் கல்கண்டாட்டம் இனிக்கும். மாயவரத்த தவிர வேறெங்கியும் கிடைக்காது” என்றாள் அம்மா.

“இன்னும் நாலஞ்சு வருஷத்துல காய்க்க ஆரம்பிச்சிடும்.”

ஒருநாள் தண்ணீர் ஊற்றியபடியே சொன்னாள். தியாகு சைக்கிள் சீட்டில் கிடந்த மகிழம்பூவை எடுத்து வந்து அம்மாவிடம் நீட்டினான். அம்மாவின் கண்கள் பரவசத்தில் ஒளிர்ந்தன.

“நிறைய பூத்திருக்காடா...”

“உனக்குத் தெரியாதாம்மா...”

“போன வருஷம் மழை பெய்யிறாப்ல பொழிஞ்சு தள்ளுச்சு. அதுக்கு முந்தின வருஷம் அவ்வளவு பூக்கல. அதனால கேட்டேன்.”

“இலை தெரியாத அளவுக்கு பூத்திருக்கு. கமலி, கூட்டறதுக்குள்ள இடுப்பொடிஞ்சு போயிடுதுங்கறா.”

அம்மா இதழ் பிரியாமல் சிரித்தாள். முன்பெல்லாம் காலை எழுந்தவுடன் வாசல் கூட்டுவதே அம்மாவுக்கு பெரிய வேலையாக இருக்கும். காம்பவுண்டு சுவரோரம் அடர்ந்திருக்கும் புற்களுக்கிடையில் கிடக்கும் சருகுகளை, பள்ளிக்கூடத்துக்கு செல்ல மறுத்து அழும் குழந்தைகளை வலுக்கட்டாயமாக பிடித்திழுத்து கொண்டு விடுவதைப் போல அம்மா தள்ளிக் கூட்டுவாள்.

வாசற்படிக்கெதிரில் அரை வட்டமாய் விரிந்து கிடக்கும் சாணத்தரையில் சாணம் கரைத்த தண்ணீரை சளப், சளப்பென்று தெளித்து படியக் கூட்டி அரிசிமாவால் இழைத்து கோலமிடுவாள். கிட்டத்தட்ட அரைமணி நேரம் முழுதாய் அதற்கு தேவைப்படும்.

அப்போது அம்மாவின் நெற்றியிலும், மேலுதட்டிலும் வியர்வைத்துளிகள் துலக்கமாய் மின்னும். மகிழமரம் சீசனில் ஏகத்துக்குப் பூக்களை கொட்டி வைத்திருக்கும். அதை விளக்குமாறால் கூட்டித்தள்ள மனசு வராது என்பாள் அம்மா.

அப்போதுமட்டும் ஜாடு வைத்து பூக்களை ஒதுக்குவாள். ஓரிரு பூக்கள் அவள் தலையில் விழுந்து முடியில் சிக்கிக்கொள்ளும்.

நிர்மலாக்கா வண்டி நிறுத்தும் சத்தம் கேட்டது. வேகுவேகென்று வெயிலில் வந்திருந்தாள். முகம் கருத்து, அனல் தளர்ந்த கரி போலிருந்தது.

“டவுனுக்குப் போயிட்டு அப்படியே உங்களைப் பாத்துட்டு போகலாம்னு வந்தேன்.”

கையிலிருந்த பையை சன்னல் திட்டில் வைத்தாள்.

“இந்த வெயில்ல போவாம சாயங்காலமா போயிருக்கலாமில்ல.”

அம்மாவின் கேள்விக்கு அவள் தலையாட்டினாள்.

“அவரு கடைக்கு சரக்கு எடுத்தார போயிட்டாரு. விமலா பொண்ணு சடங்குக்கு சீர் செய்யணுமில்ல. நாளைக்கு சடங்கு. அதான் டவுனுக்குப் போயி பழமெல்லாம் வாங்கியாறேன். சாயங்காலம் புட்டுக்கு மாவிடிக்கணும்.”

அவள் துப்பட்டாவால் முகத்தில் விசிறிக்கொண்டாள். சுடிதார் வியர்வையில் உடம்போடு ஒட்டிக்கொண்டிருந்தது. அம்மா, தியாகுவை தண்ணீர் கொடுக்க சொன்னாள். பிளாஸ்டிக் ஜக்கிலிருந்த நீரை தம்ளரில் வார்த்து அவளிடம் கொடுத்தான். தொண்டைக்குழி ஏறி, இறங்க குடித்தவள் இன்னொரு தம்ளர் கேட்டு வாங்கிக் குடித்தாள்.

“நீங்க எதுவும் பணம் வச்சி குடுக்கணுமா... அத கேக்கதான் வந்தேன்.”

தம்ளரை ஜக்கின் தலையில் கவிழ்த்தபடியே கேட்டாள்.

“ஆமா... விமலா, பெரியவன் கல்யாணத்துக்கு வந்து செஞ்சிருக்கா...”

அம்மா கண்சாடை காட்டினாள். தியாகு மர பீரோவிலிருந்த அந்த சிறிய மரப்பெட்டியை எடுத்து வந்தான். அம்மா எப்போதும் அதில்தான் பணம் வைத்திருப்பாள். ராசியான பெட்டி என்பாள். சிவா மாதாமாதம் அனுப்பும் பணம் அதற்குள்

போய் பின்புதான் செலவுக்காக வெளியில் வரும். அம்மா இருநூறு ரூபாய் எடுத்துக் கொடுத்தாள்.

“கவரு போட்டு வச்சிக் குடுத்துடு. கடையில கவரு இருக்குல்ல...?”

“இருக்கு”

நிர்மலாக்கா லெட்சுமி நகைக் கடையில் கொடுத்த ஹேண்ட்பேக்குக்குள் பணத்தை வைத்துக் கொண்டாள்.

“வேர்த்து வடியிது . இப்புடி பேனுக்கு நேரா ஒக்காரு.”

அம்மா கைக்காட்டினாள்.

“இல்லத்த. நான் கெளம்புறேன். வேல கெடக்கு.”

“இரு, தம்பி காபி போட்டு குடுப்பான். குடிச்சிட்டு போவலாம்.”

அம்மாவுக்கு யார் வந்தாலும் காபி கொடுத்து உபசரிக்க வேண்டும். நிர்மலாக்காவுக்கு காலை நேரத்தில் காபி நிச்சயம் உண்டு. அவளே தயாரித்து தியாகுவுக்கும், அம்மாவுக்கும் கொடுத்துவிட்டு தானும் குடிப்பாள். மழையோ, வெயிலோ அம்மாவுக்கு காபிதான் உயிர்.

மழைக்கு காபி இதம். தொண்டைக்குள்ளிறங்கும் காபி உடல் மொத்தத்துக்குமான சூடு. புது டிகாஷன் காபிக்கு தனி மணமுண்டு.

அந்த மணம் வாழ்க்கையின் ஐந்து நிமிடங்களை அர்த்தமுள்ளதாக்குவதாக அம்மா சொல்வாள்.

அதற்காக அதிகாலை நாலரைக்கே எழுந்து பில்டரில் வெந்நீர் ஊற்றுவாள். வெயிலிலும் அம்மாவுக்கு காபி வேண்டும். பில்டரில் அளவாய் நீரூற்ற அவள்தான் தியாகுவுக்கு சொல்லித் தந்தாள். அவன் வேகமாக எழுந்தபோது நிர்மலாக்கா தடுத்துவிட்டாள்.

“அய்ய... அவனப்போயி காபி போட சொல்லிக்கிட்டு. நான் வீட்டுக்குத்தான போறேன். போயி குடிச்சிக்கறேன்.”

அவளின் ஸ்கூட்டி சத்தம் மெதுமெதுவாக தேய்ந்து கரைந்தது. உள்முற்றத்தில் அணில் இறங்கி விளையாடிக் கொண்டிருந்தது. தியாகு சத்தம் வராமல் பீரோவைத் திறந்து பெட்டியை உள்ளே வைத்தான். மர பீரோவில் அம்மாவின் புதுப்புடவைகள் கலையாமல் மடித்து வைக்கப்பட்டிருந்தன. எல்லாம் நூல் புடவைகள்.

பத்து, பன்னிரண்டு இருக்கும். அம்மா அதை நிர்மலாக்காவுக்கு கொடுக்கப் போவதாக சொன்னாள். புடவைகள் புதுக்கருக்கு குலையாதிருந்தன. அம்மா எப்போதுமே அப்படித்தான். பாந்தமாக வைத்துக்கொள்வாள். விளிம்போரம் அழுக்கடைந்து போன புடவைகள் அவளிடமில்லை. எல்லாமே பெட்டி போட்டதுபோல அடுக்கப்பட்டிருந்தன.

“நிர்மலாக்கா நூல் பொடவ கட்டுவாங்களாம்மா... நீ கேட்டுக்கிட்டு குடு...”

தியாகு சொன்னபோது அம்மா தலையாட்டினாள். பெங்களூரிலிருக்கும் மருமகள் புடவை கட்டமாட்டாள் என்று அம்மாவுக்குத் தெரியும். அவளுக்கு கிராமமும் செட்டாகவில்லை. அம்மாவின் பழக்கவழக்கங்களும் செட்டாகவில்லை.

சிவா, தன் காதல் விஷயத்தை சொன்னபோது அம்மாவால் மறுக்க முடியவில்லை. தலையாட்டிவிட்டாளேயொழிய அவளுக்கு சொந்தத்திலேயே பெண்ணெடுக்க வேண்டுமென்று பெரும் ஆசை. நிர்மலாக்காவை மனதில் நினைத்து வைத்திருந்தாள். தன் தம்பி மகள்மேல் அப்படியொரு வாஞ்சை.

சிவாவுடைய விருப்பம் வேறுவிதமாக இருந்தது. தன் படிப்புக்கும், வேலைக்கும் பொருத்தமான பெண்ணை அவன் தேர்வு செய்திருந்தான். அம்மாவால் மறுக்கமுடியவில்லை. அவள், தன் ஏமாற்றத்தின் இரு துளிகள் உருண்டு கன்னத்தில் இறங்கிவிடாமல் கண்களை மூடிக் கொண்டாள்.

“டிவி பாக்குறியாம்மா...?”

தியாகு கேட்டபோது அம்மா தலையை இடவலமாக அசைத்தாள். டிவியை அறைக்கு மாற்றி பிரயோஜனமில்லை என்று புரிந்தது. இடம் பெயர்ந்ததிலிருந்து அது மவுனமாகவே கிடந்தது.

“நீ வேணாப் பாருடா...”

அம்மா மெலிந்த விரல்களை நீட்டி சொன்னபோது தியாகுவுக்கும் வேண்டாமென்றே தோன்றியது.

“உனக்குப் பழைய பாட்டு புடிக்குமே. அத கேக்கலாமில்ல. வெட்டு, வெட்டுன்னு சும்மாவே படுத்துக் கெடக்குற...”

நிர்மலாக்காவுக்கு அங்கலாய்ப்பாக இருந்தது. ஒன்றாம் தேதியானால் அண்ணனிடமிருந்து தியாகுவின் அக்கவுண்டிற்கு பணம் வந்துவிடும். அதிலிருந்து ஒரு தொகையை நிர்மலாக்காவுக்கு கொடுப்பது வழக்கமாகிவிட்டிருந்தது. அவள் போராடிப் பார்த்தாள்.

“இம்மாஞ்சோறு குடுக்குறதுனால நான் ஏழையாயிடப் போறனா. அத்தைக்கி செய்யிறதுக்கு காசு வாங்கலாமா...”

சொன்ன சொல் எதுவும் அம்மாவின் காதில் ஏறவில்லை. கடைசியில் அம்மாவின் பிடிவாதம் வென்றது. ஆளோடியின் ஜன்னல் திரைச்சீலை அசைந்து வெயில் உள்ளே ஒழுகியது. தங்கப்பாளம் போல அது தளதளத்து தரையில் வழிந்து, திரைச்சீலை மூடிக்கொள்ளும்போது சட்டென்று காணாமல் போனது.

தியாகு பாடப்புத்தகங்களை மேசை மேல் பரவலாகப் போட்டிருந்தான். அஞ்சல் வழிக்கல்வி. அம்மாவின் நடமாட்டம் அற்றுப்போன வீட்டில் உறைந்து கிடந்த அமைதி படிப்பதற்கான சூழலை முற்றிலுமாக குலைத்திருந்தது.

அம்மா ஆழ்ந்து உறங்கிக் கொண்டிருந்தாள். தினமும் இந்த நேரம் தூங்குவது என்றில்லாமல் நியதியற்று, வரும்போது உறங்கிக்கொண்டிருப்பவளுக்கு இரவுப் பொழுதுகள் மீது மிகுந்த பரிச்சயம் ஏற்பட்டுப்போனது. இதை அவளே சொன்னாள்.

“ராத்தூக்கம் சுத்தமா கெடையாது. கொட்டு, கொட்டுன்னு முழிச்சிக்கிட்டே படுத்துக் கெடக்குறேன்.”

“பகல்ல தூங்குனா ராத்திரி தூக்கம் வருமா... கொஞ்சநேரம் டிவி பாத்து, புத்தகம் படிச்சு நேரத்த ஓட்டலாமில்ல.”

நிர்மலாக்காவின் இதமான ஒரு திட்டல் அம்மாவுக்கு தினப்படி தேவையாயிருந்தது. குளிர்காலத்தில் மேலூறும் இளவெயில் போல அது அவ்வளவு உணக்கையாக இருந்திருக்க வேண்டும். ஸ்கூட்டி சத்தம் கேட்டால் அம்மாவின் முகம் தெளிந்துவிடும். நிர்மலாக்கா அவளைக் குளிப்பாட்ட தியாகுவை உதவிக்கு அழைப்பாள். அறை சற்று பெரியது. வலது மூலையில் தண்ணீர் போக துவாரம் இருக்கும்.

அதற்கருகில் மர நாற்காலி போட்டு அதில் அம்மாவை அமர வைப்பார்கள். அதன்பிறகு தான் பார்த்துக் கொள்வதாக நிர்மலாக்கா தியாகுவை அனுப்பி விடுவாள். முன்பக்க பட்டன்களைத் தளர்த்தி நைட்டியை கழற்றி எறிந்துவிட்டு வெற்றுடம்போடு அமர்ந்திருக்கும் அம்மாவின் உடம்பில் நிர்மலாக்கா கைப் பொறுக்கும் சூட்டிலிருக்கும் வெந்நீரை விளாவி ஊற்றுவாள்.

ஹமாம் சோப்பைக் குழைத்து கை, கழுத்து, மார்பு, வயிறு என்று அழுத்தம் கொடுக்காமல் பூப்போல் தேய்த்து விடுவாள். அடிவயிறு, அதன் கீழே, பின்முதுகு, பிருஷ்டம் ஒவ்வொன்றாக இதமாக தேய்க்கும்பொழுது அம்மா கண்கள் சொருக அமர்ந்திருப்பாள்.

அம்மாவின் இளமை உணர்வுகள் பூரித்து ததும்பிக் கொண்டிருந்தபோதே அப்பா இன்னொருத்தியுடன் ஓடிப்போனார். நெற்றியில் பொட்டிட்டுக் கொள்ளாமல் அவரை பழி வாங்கிவிட்ட திருப்தியில் வாழ்ந்துவிட்டவளுக்கு உடல் உலர்ந்த பிறகு நிர்மலாக்காவின் ஸ்பரிசம் ஆசுவாசத்தைத் தந்தது.

அவள் இமை நுனிகளில் பாசிகள் கோர்த்தது போல் நீர்ச்சரங்கள் மின்னியதை நிர்மலாக்கா கவனிக்கத் தவறவில்லை. அவள் அம்மாவின் மெலிந்த விரல்களைப் பற்றிக் கொண்டாள்.

அம்மா உறக்கம் கலையாதிருந்தாள். அவள் மார்பின் சன்னமான ஏற்ற, இறக்கங்கள் பெருமூச்சுகளின் புற அசைவை வெளிக்காட்டின. தியாகு வாசலைப் பார்த்தான். மர நிழலில் புல் செதுக்கப்பட்ட காம்பவுண்டு உள்ளில் நிறையப் பூக்கள் கொட்டிக் கிடந்தன.

அதில் கைப்பிடி பூக்களை அள்ளிவந்து சன்னல் திட்டில் வைத்தான். ஏனோ திருப்தியின்மை உண்டானது. ஒரு மண்மடக்கில் நீர் நிரப்பி அதில் பூக்களை மிதக்க விட்டான். அம்மா கண் விழித்தபோது அறைக்குள் மகிழம்பூவின் மெல்லிய வாசம்.

“கனவுல பத்தி கொளுத்தி சாமி படத்துக்கிட்ட சொருகி வைக்கிறேன். அதுலேருந்து ரெட்டைப் புகை திரி மாதிரி கிளம்பி வளையம், வளையமா வட்டமிடுது. வாசனை நல்லாயிருக்கேன்னு நினைக்கிறப்ப தூக்கம் கலைஞ்சிடுச்சு. இதான் காரணமா...?”

அம்மா மகிழம்பூக்களைப் பார்த்து கண்கள் மலர சிரித்தாள்.

“உனக்குப் புடிச்சிருக்காம்மா...?”

“நல்லா இருக்குடா. துர்வாடை கொஞ்சம் குறைஞ்சாப்ல இருக்கு.”

மறுநாளும் மடக்கு நீரில் பூக்கள் மிதந்தன. அன்று நிர்மலாக்காவுக்கு இரண்டாவது கல்யாணநாள். முதல் கல்யாணநாளன்று அம்மா அவளையும், அவள் கணவனையும் சாப்பிட அழைத்திருந்தாள். உதவிக்கு வருவதாக சொன்ன நிர்மலாக்காவை தடுத்து ஒருத்தியாய் எல்லாம் சமைத்து நிரப்பிவிட்டாள்.

நிர்மலாக்கா வடை, பாயசம் கணவனிடம் கொடுத்து விட்டிருந்தாள். நான்கு வடைகளும், இரண்டு தம்ளர் அளவு பாயசமும். தியாகு தன்னுடையதை முடித்திருந்தான்.

அக்கா பத்து மணிவாக்கில் ஆசீர்வாதம் வாங்க வந்தாள். புதுப்புடவைக் கட்டியிருந்தாள். பார்டரில் ஜரிகை வைத்து தைத்த புடவை. இளநீல நிறப் புடவையில் ரோஸ் வண்ண நூல்

பூக்கள் சிதறியிருந்தன. தலையில் மல்லிகையும், கனகாம்பரமும் முழம், முழமாய் தொங்கின. அவள் கணவன் பழசுதான் அணிந்திருந்தார்.

"எங்களை ஆசீர்வாதம் பண்ணு அத்த..."

"இரு... இரு..."

அம்மா, தியாகுவுக்கு சைகைக் காட்டினாள். மடக்கின் மேல் பார்வை விழுந்தது. தியாகுவுக்குப் புரிந்தது. இரண்டு பூக்களை எடுத்துத் தந்தான். நீர் கோர்த்த பூக்கள் அம்மாவின் விரல்களை நனைத்தன.

"ம்..."

தலையாட்டினாள். இருவரும் கட்டிலுக்குக் கீழே விழுந்தனர். அம்மா தலா ஒவ்வொன்றை அவர்கள்மேல் தூவினாள்.

"ஒக்காருங்க..."

மடக்கு நாற்காலிகளை தியாகு விரித்துப் போட்டான். அம்மா இரண்டு தட்டு, தம்ளர், எடுத்து வர சொன்னாள்.

"அலமாரி மேல்தட்டுல இருக்குடா..."

நிர்மலாக்கா அவள் கையைப் பிடித்துக் கொண்டாள்.

"போன வருசம் என்னமா சமைச்சிப்போட்ட. இந்த வருசம் இப்புடியாவும்னு நெனைக்கல."

கண்களைத் துடைத்துக் கொண்டாள். தியாகு வந்து நின்றான்.

அம்மா வடை, பாயசத்தை இருவருக்கும் நிரந்து கொடுக்க சொன்னாள்.

"வீட்டுல ஏகத்துக்கு இருக்கு. இது உனக்காவ குடுத்து விட்டது. அத எங்களுக்கு பங்கு போடுறியே."

நிர்மலாக்காவுக்கு இஷ்டமில்லை என்பதை அம்மா லட்சியம் பண்ணவில்லை.

"சாப்புடுங்க..."

இரண்டு கைகளையும் மார்புக்கு மேல் கோர்த்துக்கொண்டு அம்மா தலையசைத்தாள். ஏனோ முகம் தங்க இழைகள் ஓடியது போல மின்னியது. அந்திசாயும் நேரத்தில் வெயில் பழுத்த மஞ்சளாக இல்லாமல் சற்றே சிவந்த மஞ்சளாக இருக்கும். அது போலிருந்தது அவள் முகம். அம்மா நிர்மலாக்காவைப் பார்த்தவாறிருந்தாள்.

"வடையும், பாயசமும் ரொம்ப நல்லாயிருக்கு அத்த..."

நிர்மலாக்கா சிரித்தாள். அம்மா அவளை அழைத்தாள். அவள் அருகில் சென்று மண்டியிட்டுக்கொண்டாள். அம்மா அவளுக்கு திருஷ்டி கழித்து கன்னம் வழித்து முத்தம் கொடுத்தாள். தியாகு மரபீரோவிலிருந்த மரப் பெட்டியை எடுத்து வந்தான்.

"பணமெல்லாம் வேணாம்."

நிர்மலாக்காவுக்குப் போராடி தீரவில்லை. இரண்டு இருநூறு ரூபாய் நோட்டுகள் அவர்கள் கைக்கு மாறிற்று. மறுபடியும் வடை, பாயசம் அம்மாவுக்கு வந்துவிட்டது. நீரில் கிடந்த மகிழம்பூக்களின் வாசம் காற்றில் மிதந்தது. அம்மா வடை, பாயசத்தை சாப்பிட்டுவிட்டு லேசாக வாய் பிளந்தவாக்கில் உறங்கிக் கொண்டிருந்தாள்.

❖❖❖